சு.தமிழ்ச்செல்வி சிறுகதைகள்

சு.தமிழ்ச்செல்வி

நியூ செஞ்சுரி புக் ஹவுஸ் (பி) லிட்.,
41-பி, சிட்கோ இண்டஸ்டிரியல் எஸ்டேட்,
அம்பத்தூர், சென்னை - 600 050.
☎: 044 - 26251968, 26258410, 48601884

Language: Tamil
S.Tamilselvi Sirukathaigal
Author: S.Tamilselvi
N.C.B.H.First Edition: December, 2023
Copyright: Author
No.of Pages: 148
Publisher:
New Century Book House Pvt. Ltd.,
41-B, SIDCO Industrial Estate,
Ambattur, Chennai - 600 050.
Tamilnadu State, India.
Email: info@ncbh.in
Online: www.ncbhpublisher.in

ISBN: 978 - 81 - 2344 - 569 - 4

Code No. A4945

₹ 190/-

Branches

Ambattur 044 - 26359906 **Spenzer Plaza (Chennai)** 044-28490027
Trichy 0431-2700885 **Pudukkottai** 04322- 227773 **Thanjavur** 04362-231371
Tirunelveli 0462-4210990, 2323990 **Madurai** 0452-2344106, 4374106
Dindigul 0451-2432172 **Coimbatore** 0422-2380554 **Erode** 0424-2256667
Salem 0427-2450817 **Hosur** 04344-245726 **Krishnagiri** 0434-3234387
Ooty 0423-2441743 **Vellore** 0416-2234495 **Villupuram** 04146-227800
Pondicherry 0413-2280101 **Nagercoil** 04652-234990

சு.தமிழ்ச்செல்வி சிறுகதைகள்
ஆசிரியர்: சு.தமிழ்ச்செல்வி
என்.சி.பி.எச். முதல் பதிப்பு: டிசம்பர், 2023

அச்சிட்டோர்: **பாவை பிரிண்டர்ஸ் (பி) லிட்.,**
16 (142), ஜானி ஜான் கான் சாலை, இராயப்பேட்டை, சென்னை - 14
☎: 044-28482441

All rights reserved. No part of this book may be reprinted or reproduced or utilised in any form or by any electronic, mechanical, or other means, now known or hereafter invented, including photocopying and recording, or in any information storage or retrieval system, without permission in writing from the publishers.

நன்றி

உயிர் எழுத்து
புதிய பார்வை
தினமணி கதிர்
கல்கி
புது எழுத்து மனோன்மணி
சஞ்சாரம்-அப்துல்காதர், சிவகுருநாதன், பாண்டியன்
கல்கி தீபாவளி மலர் 2010

தனது பெருஞ்செல்வத்தை
நூல்களுக்குச் செலவிட்டு
தமிழ் நூல் காப்பகத்தை உருவாக்கிய
கவிஞர் பல்லடம் மாணிக்கம் அவர்களுக்கு...

பொருளடக்கம்

1. இருசி — 9
2. தொம்பா — 15
3. ஈரம் — 26
4. யதார்த்தம் — 34
5. சாமுண்டி — 41
6. வதம் — 50
7. பாஞ்சாலி — 60
8. கொடும்பாவி — 80
9. கன்னியாயி — 90
10. காவல் — 99
11. வீரன் — 107
12. சிக்கல் — 121
13. தவம் — 134

இருசி

காலை மாலை இருவேளையும் கையில் கூசாவோடு தன் வீட்டைக் கடந்து செல்லும் பச்சைக்கிளியைக் கவனித்திருக்கிறாள் கற்பகம். ஒரு லிட்டர் பிடிக்குமளவுள்ள கூசா அது. அதில் அரை லிட்டரோ அல்லது முக்கால் லிட்டரோ பால் இருக்கலாமென்று தோன்றும். இரண்டு நேரமும் அதே கூசாவைத்தான் எடுத்துச் செல்கிறாள். புதிதாக மணமாகி வந்திருக்கும் கற்பகத்திற்குப் பச்சைக்கிளியை வேடிக்கை பார்ப்பதும் ஒரு பொழுது போக்காயிருந்தது.

போகும்போது கம்பியின் ஆட்டத்திற்கு ஊஞ்சலாடும் வெற்று கூசா கிரிங்... கிரிங்... என்று சன்னமாய் ஓசை எழுப்பிக்கொண்டே போகும். பாலுடன் திரும்பி வரும்போது சத்தம் மட்டும்தான் கேட்காது. பத்திரமாய் எடுத்துச்செல்ல பச்சைக்கிளி எவ்வளவோ பிரயாசைப்படுவாள். இருந்தும் ஒரு பக்கமாய் லேசாய் சாய்ந்து ஒரு காலை சற்று உந்தி உந்தி வைத்து நடக்கும் அவளுடைய நடைக்கு என்னால் ஆடாமல் அசையாமல் பதவிசாய் தொங்கிக்கொண்டு வரமுடியாது என்பதுபோல ஆடிக்கொண்டு வரும் கூசா. அதிகமாய் சிந்தாவிட்டாலும்கூட கூசாவைச் சுற்றி வெளிப்புறத்தில் வெள்ளை வெள்ளையாய்க் கோடிட்டிருக்கும் பால்.

பச்சைக்கிளியின் நடையும் அவளுடைய தோற்றமும் பார்ப்பவர்களுக்கு வினோதமாக இருக்கும். ஈரக் களிமண்ணால் அழகானதொரு பெண்ணின் உருவத்தைச் செய்து அதன் உச்சந்தலையில் கையை வைத்து ஓர் அழுத்து அழுத்தினால் பொம்மை எப்படியிருக்குமோ அப்படியிருந்தது அவளின் உருவம். சிவப்புமில்லாத கருப்பென்றும் சொல்ல முடியாத மாநிறம். சப்பையான நெற்றி. அகலமான வாய். பூச்சியரிக்காத பழுப்பேறிய பற்கள். எலிவால் முடி. ரிப்பன் வைத்துப் பின்னி நுனியில் பூ போட்டிருப்பாள். அண்ணிகள் கொடுக்கும் சாயம்போன சாக்கெட்டுகள் மற்றும் அவர்களின் சுருங்கிப்போன புடவைகள் இவற்றைத்தான் உடுத்தியிருப்பாள். தெருவின் இரண்டு பக்கமும் வேடிக்கை பார்த்தபடி சாவகாசமாய் நடந்து போவாள். எதிர்ப்படுபவர்கள் யாரும் அவளை கண்டுகொள்வதில்லை. அவளுமேகூட யாரையும் பொருட்டாக மதிக்கமாட்டாள்.

அவளின் வழியில் தினமும் நிறையப் பெண்களைப் பார்க்கிறாள். ஒருவர்கூட அவளைப் போல இருப்பதில்லை. நாகரிகமாக உடுத்திக்கொண்டு வரும் நடுத்தர வயது பெண்களைக் கவனித்துப் பார்ப்பாள். நடக்கும்போது ஒருவிதமாக அலட்சியத்துடன் நடப்பார்கள். அதுவும் இவளைப் போன்றோர் எதிர்ப்படும்போது ஒருவிதமான அசூயையான பார்வையால் பார்ப்பார்கள். உதடு பிதுங்கி இந்தச் சனியன்களெல்லாம் நடக்கும் தெருவழியே நாமும் நடக்க வேண்டியதாகிவிட்டதே. நம் தகுதி என்ன தராதரம் என்ன என்று நினைப்பது போல் இருக்கும் அந்தப் பார்வைக்கும் உதடு பிதுக்கலுக்குமான அர்த்தம். தாவணி போட்ட பெண்கள் சிலர் போவதைப் பார்க்க இன்னும் வேடிக்கையாக இருக்கும். தங்களைப் பெரிய கற்பூரக்கட்டிகளைப் போல நினைத்துக்கொள்வார்களோ இவர்கள் என்று நினைக்கத் தோன்றும். தெருவழியே போகும்போதும் வரும்போதும் காற்றில் கற்பூரம் கரைந்து போய்விடுமோ என்று பயப்படுவதுபோல அந்தப் பக்கம் இந்தப் பக்கம் பார்க்காமல் வேகவேகமாய் நடந்துபோய் வீட்டிற்குள் புகுந்துகொள்வார்கள்.

இவர்களையெல்லாம் வேடிக்கை பார்த்து தமக்குள் சிரித்தபடி போய் வந்துகொண்டிருப்பாள் பச்சைக்கிளி.

★★★

அந்த ஐந்து அண்ணன்களுக்கும் அருக்காணி ஒரே தங்கச்சி. அண்ணன்களுக்குச் சோறாக்க கோட்டை நெல்லைப் பிரித்து உரலில் அள்ளிப்போட்டு குத்துவாள். குத்தக்குத்த எல்லாம் உமியாய் வரும். புடைத்துப் பார்ப்பாள். புடைக்கப் புடைக்க எல்லாம் தவிடாய்ப் பறக்கும். நெல்லு குத்தத் தெரியவில்லையே நமக்கு என்ற கவலையாய்ச் சோர்ந்து போவாள். உலக்கையைத் துணையாய்ப் பக்கத்தில் போட்டுகொண்டு அழுதுகொண்டே படுத்திருப்பாள். அப்படியே தூங்கியும்விடுவாள்.

பசியோடு வரும் அண்ணன்காரன்கள் இவள் உலக்கையை அணைத்துக்கொண்டு தூங்குவதைப் பார்த்துவிட்டு எட்டி எட்டி உதைப்பார்கள். அண்ணன்களின் அடிக்குப் பயந்துகொண்டு மறுபடியும் புடைத்ததையே அள்ளிப் போட்டு புடைத்துப் பார்ப்பாள். தவிட்டை முன்னால் தள்ளிவிட்டு உமியைப் பின்னால் தள்ளிவிட்டுப் பார்த்தாள். நடுமுறத்தில் திமிறித் தெறித்துத் துள்ளும் குத்துப்படாத நெல்.

அந்த நெல்லை உள்ளங்கையில் வைத்து நன்றாகத் திருகிக் கசக்குவாள். ரெத்தத்தொடு சேர்ந்து உமியும் தவிடும் அரிசியாய் முறம் கொள்ளக் கொட்டும்.

கை எரிச்சலைக் கண்டுகொள்ளாமல் ரெத்தத்தில் ஊறிய அரிசியைப் போட்டு பானை நிறையப் பொங்கி வைப்பாள். ஐந்து அண்ணன்களும் அப்படியே தின்று முடிப்பார்கள். அருக்காணிக்குப் பருக்கைகூட மிஞ்சாது.

ரெத்தச் சோறு தின்று ருசிகண்ட பயல்கள் ஐந்து பேரும் எப்போதும் அதேபோலத் திங்க வேண்டும் என்ற ஆசையிலும், அண்ணன்களைப் பற்றிக்கூட அக்கறையில்லாமல் எப்போது பார்த்தாலும் உலக்கையைப் போட்டு படுத்துக்கொள்கிறாளே என்ற ஆத்திரத்திலும் அருக்காணிக்குத் தெரியாமல் அவளின் உலக்கையைத் தூக்கிக்கொண்டு போய்க் கிணற்றுக்குள் போட்டுவிட்டார்கள்.

★ ★ ★

பச்சைக்கிளி பேசுவதைச் சட்டென்று யாராலும் புரிந்துகொள்ள முடியாது. எப்போதும் அவளுடைய மூக்கை யாரோ அழுத்திப் பிடித்துக்கொண்டிருப்பதைப் போல இருக்கும் அவள் பேசுவதைக் கேட்க. அதனால் பச்சைக்கிளியுமேகூட யாரிடமும் அதிகம் பேசமாட்டாள். அவளுக்குத் தன் அம்மா, அப்பாவின் முகம் லேசாய்க்கூட நினைவில் இருக்கவில்லை. இவளின் சிறுவயதிலேயே அவர்கள் இறந்து போயிருந்தார்கள்.

கொட்டாங்குச்சியில் மண்சோறாக்கி விளையாட வேண்டிய வயதிலேயே குச்சி அடுப்பில் சோறுபொங்கித் தன் அண்ணன்களுக்கும் போட ஆரம்பித்திருந்தாள் பச்சைக்கிளி.

கட்டாந்தரையில் நடப்பட்ட வாழைக்கன்றைப் போல திரங்கிப்போயிருந்தாள் பச்சைக்கிளி. இருந்தும்கூட வீட்டிற்குள் அண்ணிகள் வரும்வரை இந்த வீட்டைத் தூக்கி தலைமீது வைத்துக்கொண்டு கால்கடுக்க நின்றாக வேண்டும் என்ற சட்ட திட்டங்களை எல்லாம் அந்த வயதிலும் அவளுக்குப் புரியவைக்கப் பட்டிருந்தது.

ஆளுக்கு நான்கு ஆட்டுக்குட்டிகளை ஓட்டிவந்து வீட்டு வாசலில் கட்டினார்கள் இரண்டு அண்ணன்கள். வீட்டு வேலையோடு ஆடு மேய்க்கும் வேலையும் சேர்ந்தது பச்சைக்கிளிக்கு. சல்லிசான விலைக்கு வருகிறது என்று கரம்புக்காடு ஒன்றை வாங்கிப்போட்டான் இன்னொரு அண்ணன். வாங்கிப் போட்ட நிலத்தை அப்படியே போட்டிருப்பானேன் என்று நினைத்த மற்றொரு அண்ணன் அதில் சிறிய ஊருணி ஒன்றை வெட்டிப் போட்டான். பச்சைக்கிளி ஆடு மேய்க்கும் வேலைக்கு நடுவிலும் விவசாய வேலை செய்து பழகினாள். கேழ்வரகு விதைத்தாள். நட்டு, நீரூற்றி, காத்து, அறுவடை செய்து வீட்டிற்குக் கொண்டுவந்து சேர்த்தாள்.

ஆட்டுப்பாலும் கேழ்வரகுக் கூழும் அண்ணன்களின் உடலுக்கு வலுச்சேர்க்கும் என்று அக்கம்பக்கத்தினர் வந்து கருத்தாய்ச் சொல்லிவிட்டுப் போனார்கள். வஞ்சகம் வைக்காமல் அண்ணன்களின் வயிறுமுட்ட போட்டுத் திங்க அடித்தாள்.

நண்டு கொழுத்தால் வலையில் தங்குமா? தோள் திரண்ட அண்ணன்கள் துணை தேடிக்கொண்டுவர ஆசைப்பட்டனர். பச்சைக்கிளி வளர்த்துப் பெருக்கி வைத்திருந்த ஆடுகளைச் சந்தைக்கு ஓட்டிக்கொண்டு போனார்கள். ஆடுகள் அட்டிகையும், சங்கிலியும் சரிகைப்பட்டுமாய் வீடுவந்து சேர்ந்தன. அத்தனையும் நமக்குத்தானா என்று இவள் பூரித்துப்போயிருந்த நேரத்தில் அவற்றையெல்லாம் எடுத்துக் கொண்டுபோய் தமக்குப் பொருத்தமானவர்களுக்குப் போட்டுக் கூட்டி வந்தார்கள் வீட்டிற்கு.

அண்ணிகளின் வரவால் பச்சைக்கிளியின் பாரம் குறைந்து போனபோதிலும் அண்ணிகள் போட்ட சட்டதிட்டங்களுக்கு கட்டுப்பட முடியாமல் பெரிதும் அவதிப்பட்டாள் பச்சைக்கிளி.

இரவு படுத்துவிட்டால் விடியும்வரை கண்விழிக்கக்கூடாது என்றாள் ஒருத்தி. அண்ணன்களோடு அவர்கள் படுத்திருக்கும் மறைவிடங்களை எட்டிப் பார்க்கக்கூடாது என்றாள் இன்னொருத்தி. "நீதான் இந்த வீட்டு மகமாயி" என்றாள் மூன்றாவது அண்ணி. "அதுனால இனிமே நீ கவுச்சியத் தொடக்கூடாது. கண்டகண்ட பொருள்மேலயும் ஆசைப்படக்கூடாது" என்று கட்டளையிட்டாள் நான்காவது அண்ணி.

காடுகளில் அலைந்து திரிந்த அருக்காணியின் உள்ளங்கைக் காயம் கொஞ்சம் கொஞ்சம் ஆறிக்கொண்டு வந்தது. முற்றிலும் ஆறிய பிறகு மூதாட்டி சொன்னபடி புங்கமரத்தில் ஒருபிடி, புளியமரத்தில் ஒருபிடி, தாவிப்பிடித்து தாழைக்குத்தில் ஒருபிடி ஒடித்துக்கொண்டு சுடுகாட்டுக் காவல்காரன் கண்ணயரும் அகால நேரமாய்ப் பார்த்து நெருப்பெடுத்துக் கொண்டாள். எல்லாவற்றையும் கொண்டுபோய் மூதாட்டியிடம் கொடுத்துவிட்டு விழுந்து எழும்பினாள்.

மூதாட்டி செய்த மருத்துவத்தால் அருக்காணியின் மூன்றாவது கண் வெடித்து மலர்ந்தது. வீட்டுத்தோட்டத்தில் உள்ள கிணறும் கிணற்றுக்குள் வெகு நாள்களாய் மூழ்கிக்கிடக்கும் தன்னுடைய உலக்கையும் அந்த மூன்றாம் கண்ணின் பார்வைக்குப் பளிச்செனத் தெரிந்தது.

மறுபடியும் மூதாட்டியை வணங்கி எழுந்தாள் அருக்காணி. ஒரு கணம்கூட தாமதிக்காமல் உடனே தன் உலக்கையை எடுத்துக்கொள்ள வேண்டும் என்ற வேகத்தோடு வீட்டிற்கு வந்தாள்.

வெகு நாட்களாய்க் காணாமல் போயிருந்த தங்கச்சி அருக்காணி வீட்டிக்குத் திரும்பி வருவதைக் கண்ட அண்ணன்கள் ஐந்து பேரும் மகிழ்ச்சியில் அவளை நோக்கி ஓடிவந்தார்கள். அண்ணன்களிடம் பிடிபட்டுக்கொண்டால் மறுபடியும் கைகளால் நெல் கசக்க வைத்துவிடுவார்களே என்று பயந்த அருக்காணி அவர்களின் பிடிக்கு அகப்பட்டுவிடாமல் கிணற்றை நோக்கி ஓடினாள். தங்கை மிரண்டு கிணற்றை நோக்கி ஓடுவதைப் பார்த்த அண்ணன்கள் அவளை எப்படியாவது காப்பாற்றிவிட வேண்டுமென்று இன்னும் வேகமாகத் துரத்திக்கொண்டு ஓடினர்.

அண்ணன்கள் திகைக்க கிணற்றுக்குள் குதித்தாள் அருக்காணி. பின்னர்தான் அண்ணன்களுக்குத் தெரியவந்தது. அவள் தன் உலக்கையை எடுப்பதற்காகத்தான் குதித்திருக்கிறாள் என்பது.

உலக்கையுடன் இவள் கரையேறிவிடக்கூடாது என்று நினைத்த அண்ணன்கள் கிணற்றில் பாம்புகளையும் விஷப்பூச்சிகளையும் பிடித்துவந்து போட்டனர். காட்டுமுள்ளை வெட்டிவந்து கிணற்றை மூடிவிட்டார்கள். கடைசிவரை அருக்காணி கிணற்றிலிருந்து கரையேறி வரவேயில்லை.

★★★

நான்கைந்து நாட்களாகவே இந்த விஷயம் பற்றித் தன் அண்ணிகளிடம் கேட்டுவிடவேண்டுமென்று விரும்பிய பச்சைக்கிளி அதற்கான சந்தர்ப்பத்தை எதிர்பார்த்திருந்தாள்.

ஒருத்திக்கு ஒருத்தி என இரண்டிரண்டு பேராய் உட்கார்ந்து பேன் பார்த்துக்கொண்டிருந்தார்கள் பச்சைக்கிளியின் அண்ணிகள். அவர்களின் ஓரமாய்ப் போய் உட்கார்ந்தாள்.

"என்ன பச்சக்கிளி எங்களையே சுத்திசுத்தி வந்து கொழயிற? என்ன விஷயம் சொல்லு" என்றாள் ஒருத்தி.

"அது வந்துண்ணி.... ம்... ம்..." என்று சொல்ல வந்ததைச் சொல்ல முடியாமல் தயங்கினாள் பச்சைக்கிளி.

"இங்க பாருங்கடி தங்கச்சியளே நம்ம பச்சக்கிளி வெக்கப்படுது" என்றாள் மூத்தவள்.

"அட ஆமாவாமுல்ல. இது என்ன கூத்தா கெடக்கு" என்று வியந்தாள் அடுத்தவள்.

"புதுப்பொண்ணு மாதிரியில்ல வெக்கப்படுது. என்ன விஷயம் பச்சக்கிளி" என்றாள் இன்னொருத்தி.

"எனக்கு எப்ப கல்யாணம்?" என்று சடக்கென்று கேட்டுவிட்டாள் பச்சைக்கிளி.

“கல்யாணமா?” அண்ணிகளுக்கு அதிர்ச்சியாக இருந்தது.

“ஒனக்கு இப்புடி வேற ஒரு ஆச இருக்கா?”

“வயசிக்கே வல்ல. புருசன் கேக்குதாக்கும் ஒனக்கு?”

“வயசிக்கி வராட்டி என்ன? கட்டிக்குடுத்தா கண்ணு மலந்துட்டுப் போவுது” என்றாள் பச்சைக்கிளி.

“இது என்ன அநியாயமா இருக்கு. இது என்னென்னல்லாம் பேசுது பாத்தீங்களா?” என்றாள் ஒருத்தி.

“இங்க பாரு பச்சக்கிளி ஒனக்கு அருக்காணி கத தெரியுமா?” என்று கேட்டாள் மூத்தவள். எதுவும் பதில் சொல்லாமல் பேசாமல் அவளையே பார்த்துக்கொண்டு நின்றாள் பச்சைக்கிளி.

“இருசிக்கி மாப்புள்ள அருக்காணியோட ஒலக்கதாம்பாங்க.”

“நீ வேணுன்னா ஒலக்கய கட்டிக்கிறியா?”

“அருக்காணி ஒலக்க இன்னமும் கெணத்துக்குள்ளதான கெடக்குதாம்”

“நீ வேணுமுன்னா எடுத்தாந்து பக்கத்துல போட்டு படுத்துக்க. கூழாங்கல்லு கணக்கா புள்ள பெத்துக்கலாம்” சொல்லிவிட்டுச் சிரித்தனர் நால்வரும்.

அண்ணிகளின் கேலிப்பேச்சை சகித்துக்கொள்ள முடியாத பச்சைக்கிளி அவ்விடத்தை விட்டு எழுந்துகொண்டாள். மெதுவாக நடந்து வீட்டுக்குப் பின்னால் உள்ள கிணற்றுக்குள் உற்றுப் பார்த்தாள். எதுவும் தெரியவில்லை. தண்ணீர் சலனமற்றுக் கிடந்தது. அருக்காணியின் உலக்கை இந்தக் கிணற்றுக்குள் இல்லை என்று தனக்குள்ளாகவே சொல்லிக்கொண்டாள். ஊரிலுள்ள ஒவ்வொரு கிணற்றையும் எட்டிப் பார்த்துக்கொண்டே வந்தாள். ஒரு கிணற்றில்கூட உலக்கை கிடப்பது போலத் தோன்றவில்லை. கால்போன போக்கில் நடந்து களைப்புற்ற பச்சைக்கிளி ஓரிடத்தில் உட்கார்ந்து அழ ஆரம்பித்தாள்.

அவ்வழியாக வந்த மூதாட்டி அழும் பச்சைக்கிளியைத் தேற்றிக் காரணம் கேட்டு அறிந்துகொண்டாள். அவளின் மீது பரிதாபம் ஏற்பட்டது மூதாட்டிக்கு. அவளை எப்படியாவது சமாதானப்படுத்தி வீட்டிற்கு அனுப்பிவைக்க விரும்பினாள்.

“அருக்காணியின் உலக்கை அந்திவானத்தின் மீது மிதந்து கொண்டிருக்கிறது. நீ போனால் எடுத்துக்கொள்ளலாம்” என்று சொல்லி அனுப்பிவைத்தாள்.

தினந்தோறும் அந்திவானத்தை நோக்கி நடந்துகொண்டேயிருக்கிறாள் பச்சைக்கிளி.

தொம்பா

வெயில் சுள்ளென்று எரிந்துகொண்டிருந்தது. கால் வைக்க முடியாமல் ஈயமாய்க் கொதித்தது தரை. சூட்டில் நடக்க பழக்கப்பட்ட தடிப்பேறிப்போன கால்கள் தொம்பாவுக்கு. பொருட்படுத்தாமல் நடந்தாள். நைந்து போன சீலையின் முந்தானையை தலையில் முக்காடாய்ப் போட்டிருந்தாள். துணியையும் தாண்டி உச்சந்தலையில் இறங்கியது சூடு. புதுவாய்க்கால் கரையோரமாய் வரிசையாய் நின்ற கருவை மர நிழலில் வந்து நின்றாள். தெற்கே பார்த்தாள். கீக்குமுளிக்கரை வரை மாடுகள் எதுவும் வருவதாய்த் தெரியவில்லை. கோட்டகத்திற்குள் ஆங்காங்கேயிருந்த ஓரிரண்டு கருவைமரங்கள் கானலில் அலைந்து கலைந்து தெரிந்தன. மற்றபடி மாடுகளின் உருவம் எதுவும் தெரியவில்லை.

“எங்க நிக்கிவொளோத் தெரியலையே, பதுனோரு மணி வண்டி வரக்குள்ளயே போயி திருப்பி வுட்டுட்டு வந்தமே... இவ்வள நேரமா வந்து சேராம எங்க நிக்கிவொ” மாடுகளைக் காணாமல் தொம்பாவின் மனது பதறியது.

பால் மறந்து ஒரு மாதம்கூட ஆகாத வெள்ளச்சியும் ஆறுமாத சினையாயிருந்த சுருட்டை மாடும் எப்படி இந்த வெயிலைத் தாங்கும் என்ற கவலை அதிகமானது. திரும்பி வடக்கே பார்த்தாள். பூவரசுமர நிழலில் தனமும் வேதவல்லியும் உட்கார்ந்திருந்தார்கள். பெரிய பெரிய குண்டாக்களிலும் தொட்டிகளிலும் குடத்திலும் தண்ணீரை நிரப்பி வைத்துக்கொண்டு மாடுகளுக்காகக் காத்திருந்தார்கள்.

“ஏ... வேதவல்லி.. தனம்... ம்...”

ஒட்டிப்போயிருந்த அவளுடைய வயிறு உரக்கக் கூப்பிட்டதும் இன்னும் ஒட்டிக்கொண்டது. நெஞ்சுக்கு நேராய் கீழே வயிறு இருந்த இடம் பள்ளமாகியது. சிறிய வயதில் அவளுக்கு வயிறு பெரியதாயிருக்கும். தொப்பையைத் தள்ளிக்கொண்டு அவள் நடப்பதே வேடிக்கையாயிருக்கும். அதனால்தான் அவளை எல்லோரும் தொம்பா என்று கூப்பிட்டார்கள். லட்சுமி என்ற அவளுடைய பெயர் பெரும்பாலானோருக்கு மறந்தே போய்விட்டது. தொம்பாவின் குரல் கேட்டு எழுந்து நின்று பார்த்தார்கள் வேதவல்லியும் தனமும். இருவருக்கும் தொம்பாவின் வயதுதான் இருக்கும்.

“மாட்டுவொளக் காணும். இஞ்ச வாங்க”

இருவரும் தொம்பா நின்ற இடத்திற்கு வந்து சேர்ந்தார்கள்.

"மாட்டுவொள காணும் தனம்."

"காணுமா?"

"இந்நேரம் தண்ணிகாட்டி குளுப்பாட்டி நெழலுக்கு உட்டுருப்பமே. இந்த வெயிலுல எப்படி நிக்கிவொ" என்றாள் வேதவல்லி.

கோடைகாலத்தில் கோட்டகத்தில் எந்தப் பயிர்பச்சையும் இருக்காது. எனவே மாடுகளோடு மேய்ப்பதற்குப் போக மாட்டார்கள். காலையில் ஏழு எட்டு மணிக்கெல்லாம் மாடுகளை அவிழ்த்து ஓட்டிக்கொண்டு வருவார்கள். இந்தப் புதுவாய்க்கால் கரையில் மூன்று பேர் வீட்டு மாடுகளையும் ஒன்றாகச் சேர்த்து தெற்கேயுள்ள கோட்டகத்தை நோக்கி விரட்டிவிடுவார்கள். கோட்டகத்தில் மேய்ச்சல் ஒன்றுமில்லை யென்றாலும் காலாற சுற்றிவிட்டு வரட்டுமென்று இப்படி விரட்டி விடுவார்கள். கோட்டகத்தில் இடையிடையே உள்ள கருவை மரங்களிலிருந்து விழுந்து கிடக்கும் நெற்றுகளைப் பொறுக்கியபடி கீக்குமுளியைத் தாண்டி போய்விடும். பதினோரு மணி வண்டி தொண்டியக் காட்டிற்கு போகும் போது இவர்கள் மூன்று பேரும் மாடுகளைப் பார்க்கப்போவார்கள். அதற்குள் மாடுகள் தொண்டியக்காட்டு கோட்டகத்தைத் தொட்டிருக்கும். மாடுகளை வளைத்து ஓட்டிக்கொண்டு வந்து கீக்குமுளி ஆறு தாண்டி ஊரை நோக்கித் திருப்பி விட்டுவிட்டு வேகமாய் வீட்டிற்கு வந்துவிடுவார்கள். வந்து கிணற்றிலிருந்து தண்ணீர் இழுத்து பம்பு - செட்டு வாய்க்காலுக்கு தெற்கால் வரிசையாயிருக்கும் பூவரசுமர நிழலில் வைத்திருக்கும் மண் தொட்டியில் நிரப்பி வைத்துவிடுவார்கள். உச்சிப்பொழுதிற்குள் மாடுகளெல்லாம் நாக்கைத் தொங்கப் போட்டபடி பூவரசமர நிழலுக்கு வந்துவிடும். தாகத்தோடு வரும் மாடுகள் தண்ணீர் குடிக்க போட்டி போட்டுக்கொண்டு ஒன்றையொன்று முட்டித் தள்ளும். மண் தொட்டிகள் சில சமயம் உடைந்துபோய்விடும். எனவே மாடுகள் எப்போது வருமென்று எதிர்பார்த்துக்கொண்டு உட்கார்ந்திருப்பார்கள். ஒவ்வொரு மாட்டையாய் மாற்றி மாற்றி மறைத்துக்கொண்டு தண்ணீர் காட்டுவார்கள். ஒவ்வொரு மாடும் நான்கைந்து குடம் தண்ணீர் குடிக்கும். குடித்ததுபோக மீதமுள்ள தண்ணீரை மேல் எரிச்சலடங்க முதுகில் ஊற்றிக் குளிப்பாட்டிவிடுவார்கள்.

இன்று உச்சிப்பொழுது தாண்டியும் மாடுகள் இன்னும் வரவில்லை. மூன்று பேருக்குமே கவலையாயிருந்தது. தொம்பாவிற்கு ஒன்பது மாடுகள். தனத்திற்கு நான்கு. வேதவல்லிக்கு ஏழு. மொத்தம் இருபது மாடுகளும் எங்கே போயிருக்கும்?

“திருப்பிவிட்ட மாடுவொ எங்க போயிருக்கும்?”

“தும்பச்சேரி அளத்தப் பாக்கப் போயிருக்குமோ?”

“கமலாவூட்டு மாடுவொளோட அடிச்சூட்டுருந்தமுன்னா தும்பச் சேரி அளத்தப் பாக்க அளச்சிக்கிட்டுப் போயிருக்குமுன்னு நெனைக்கலாம். நம்ம மாடுவொ எதுவும் அங்கயெல்லாம் போவாது”

“இப்ப என்ன பண்ணுறது?”

“தொம்பா, அந்த மதவுமேல ஏறி நின்னு பாரு. எங்கயாவுது வாறது தெரியிதான்னு.”

உயரமான மதகு. கல் விழுந்த இடுக்கில் காலை நுழைத்து உந்தி ஏறினாள். தகிக்கும் சிமிண்ட் மதகின் மேல் வெறுங்காலோடு கால்களை மாற்றி மாற்றி வைத்தபடி எட்டிய மட்டும் பார்த்தாள்.

“இல்ல, கோட்டாவத்துக்குள்ள மாடேயில்லை.”

இதுபோல் விரட்டிவிடும் மாடுகள் பச்சையைத்தேடி தெற்கே கடலோரத்தில் உள்ள அலேத்திக்காடுவரை கூட சில சமயம் போய்விடுவதுண்டு. அப்படிப் போகும் மாடுகள் இரண்டு மூன்று நாட்கள் அலைந்து திரிந்துவிட்டு தாமாகவே திரும்பி வந்துவிடும். சில நேரங்களில் தில்லைவிளாகம். வீரன்வயல், ஜாம்புவானோடை போன்ற ஊர்ப்பக்கமாய்ப் போய் அலைந்துகொண்டிருக்கும். அவ்வூர்க்காரர்கள் யாராவது வளைத்துக் கட்டிப் போட்டிருப்பார்கள். ஊர் ஊராய் விசாரித்துக்கொண்டே தேடிப்போய் ஓட்டிக்கொண்டு வரவேண்டும். அப்படி எங்காவது போயிருந்தால் என்ன செய்வதென்று பயந்தார்கள்.

“எப்பயும்மேரிதான இன்னக்கிம் திருப்பிவுட்டம். எப்பவும் ஒழுங்கா வர்ற மாடுவோ இன்னிக்கி எங்கிட்டுப் போயிருக்கும்?” என்றாள் தனம்.

“தனம் எனக்கு பயமாருக்கு. மாடுவ எங்குட்டாவுது பெயிட்டா, வம்பாப் பெயிரும், வா நம்ப கீக்குமுளி கர வரக்கிம் போயி பாத்துட்டு வந்துருவம்” என்றாள் தொம்பா.

“தேடியெல்லாம் போவாண்டாம். அதுவொளா வந்துரும். எரிக்கிற வெயிலுல எங்க போயி தேடுற? தாவமெடுத்தாக்கா தன்னால வந்துட்டுப் போவுதுவொ. வாங்க நம்ப போயி நெழலுல ஒக்காருவம்” என்றாள் வேதவல்லி.

“என்ன நீ இப்படிச் சொல்லுற? தாவமெடுத்தா வந்துருங்குறியே. எப்படி எரிக்கிது வெயிலு. இந்நேரம் நாக்குத் தொங்கி போயிருக்காது? பசுமாடுன்னாலும் தாங்கிக்கிடும். எருமை மாடுவொளாச்சே. யாங்

வெள்ளச்சி எப்படி நிக்கோ. வெயிலு தாங்காம இந்நேரம் எறச்சி போயிருக்குமே. வாங்க போயி பாத்துட்டே வந்துருவம்'' என்றாள் பிடிவாதமாக.

“இன்னஞ்செத்த நாழி இருந்து பாத்துட்டு போவமே” என்றாள் தனம்.

“எங்கேருந்து வருங்குற? கீக்குமுளி கர வரக்கிம் மாடுவொளக் காணும். அலுப்பப் பாக்காத தனம். வா, போவம்'' என்றவள் தலையில் முக்காட்டை இழுத்துப் போட்டுக்கொண்டு கரையிலிருந்து இறங்கி நடந்தாள்.

“இப்ப என்ன தனம் செய்யிறது?'' என்று தயங்கியபடியே நின்றாள் வேதவல்லி.

“நீ போயி பூவரச மரத்தடியிலயே தண்ணியப் பாத்துக்கிட்டு ஒக்காந்திரு. வேற மாடுவ வந்து குடிச்சிட்டு தொட்டிய ஒடச்சிப்புட்டுப் போனாலும் பெயிரும். தொம்பாகொட நாம் போயி தேடிப்பாத்துட்டு வாறன்'' என்றவள் தொம்பாவின் பின்னால் விறுவிறுவென்று நடந்தாள். கோட்டகம் பாளம் பாளமாக வெடித்துக் கிடந்தது. வெடிப்பிற்குள் காலை வைத்துவிடாமல் பார்த்துப் பார்த்து நடந்தார்கள். சூடேறி பொருக்குடன் கிடந்த நத்தை ஓடுகள் காலைக் கிழித்து பதம் பார்த்தன.

தொம்பாவிற்கு சிந்தனையெல்லாம் மாட்டின் மீதே இருந்தது.

“கடவுளே.. மாடய்யா, யாம் மாடுவல்லாம் கெடச்சிறணும். அதுவொளுக்கு ஒண்ணும் ஆயிரக்கொடாது'' என்று வேண்டிக் கொண்டாள்.

“அடிய எட்டி எடுத்துப்போட்டு நடந்துவா தனம். மாடுவொ என்ன கெதியாச்சோ தெரியல'' புலம்பிக்கொண்டே நடந்தாள். இருவரும் கீக்குமுளிக் கரைக்குப் போய்ச் சேர்ந்தார்கள். கொஞ்சம் அகலமான ஆழமான ஆறு கீக்குமுளி. மழை நாட்களில் கோரையும் வள்ளைக்கொடிகளும் பூத்துக்கிடக்க அவற்றை அலசியபடி வேகமாய் தண்ணீர் ஓடும். பார்க்கவே அழகாயிருக்கும். எதிர்நீச்சல் போட்டு அக்கரைக்கும் இக்கரைக்கும் போவது சுகமாயிருக்கும். தண்ணீர் நிலைக்காத சிறுபிள்ளைகள் மாட்டின் முதுகிலேறி சவாரி செய்வதுமுண்டு. இப்போது வறண்டு வெடித்துப்போய்க் கிடந்தது. கரைகளிரண்டும் பொருக்கு பூத்துப்போயிருந்தன. வடவாண்டை கரையில் நின்று கொண்டு இரண்டு பக்கமும் பார்த்தார்கள். கிழக்கிலும் மேற்கிலும் எட்டிய தூரம் வரை ஒரு கருப்பும் தெரியவில்லை. அலையலையாய் கானல் நெளிந்தோடிக்கொண்டிருந்தது.

“எங்கிட்டு போயிருக்கும்?”

“மேற்காக்கயில்ல போயிருக்குமா?”

“உச்சாந்தல மயிரெல்லாம் பொசுங்கிப் பெயிரும் பொலருக்கு தொம்பா. வா, வூட்டுக்கே பெயிருவம்.”

“ஆறுமாத்த சென யாஞ் சுருட்ட, என்னாயிருக்குமோ” என்றாள் தவிப்புடன்.

“சேரி வா. போயி பாத்துட்டே பெயிருவம்.”

வடவாண்டை கரையைப்பிடித்து மேற்கே சென்றார்கள். மூன்றாவது வாய்க்கால் கீக்குமுளியோடு சேரும் இடம்தான் கலுங்கடி. கலுங்கடியில் நின்று பார்த்தார்கள். மேற்கே தூரத்தில் மரைக்கால் கோரை ஆறும் அதன்மீது கட்டப்பட்டிருக்கும் பாலமும் தெரிந்தன. மாடுகள் எதுவும் நிற்பதாய்த் தெரியவில்லை.

“பாத்தியா தொம்பா, நம்ம வீணா அலஞ்சதுதான் மிச்சம். இந்த வெயிலுல எந்த மாடாவுது கோட்டாவுத்துல நிக்கிமா? வா, வூட்டுக்குப்போயி ஆம்புளைவொள வுட்டு வாடியாட்டுப்பக்கம் போயி தேடிட்டுவரச் சொல்லுவம்” என்றாள்.

மாடு காணாமல் போனதை தொம்பாவால் சுலபமாய் எடுத்துக் கொள்ள முடியவில்லை. அவளுடைய மனம் ஏனோ கலங்கித் தவித்தது.

“இந்த மாடுவொ இருந்தது யாவ்வூட்டு மனுசனுக்கு கண்ணு வுறுத்திக்கிட்டே இருந்துச்சி. யாம் மாடுவொ கெடச்சிருமா தனம்?”

“என்ன நீ இப்படி பொலம்புற? ஓம் மாடுவொள மட்டுமா காணும்? மூணுபேரூட்டு மாடுவளும்தானே காணாமப் போயிருக்கு. மாடுவ காணாமப் போறது புதுசா. எத்துன நட இதுமேரி தேடியலஞ்சிருக்குறம். அப்பயெல்லாம் கெடக்காமயா பெயிட்டு” என்றாள் ஆறுதலாய்.

தொம்பாவுக்கு விவரம் தெரிய ஆரம்பித்ததிலிருந்தே மாடுதான் மேய்த்துக்கொண்டிருக்கிறாள். அவள் பிறந்ததும் இந்த ஊர்தான். வாழ்க்கைப்பட்டதும் இதே ஊர்தான். அப்பன் வீட்டிலும் மாடு மேய்த்தாள். புருசன் வீட்டிற்கு வந்தும் மாடு மேய்த்துக் கொண்டிருக்கிறாள். மாடுகளில்லாமல் அவளால் ஒருநாளும் இருக்க முடியாது. தொம்பாவைக் கட்டிக் கொடுத்தபோது அவளுக்கு சீதனமாய் இரண்டு கிடாரிகளை அவளுடைய அப்பா ஓட்டிவிட்டார். அவையிரண்டையும் வளர்த்து பெருக்கியதில் இப்போது ஒன்பது

உருப்படிகள் நிற்கின்றன. இடையிடையே போட்ட கிடாக் கன்றுகளை வளர்த்து விற்றுவிட்டாள். கிடாய்களை விற்கும்போதும் எரு விற்கும்போதும் கையில் காசு புழங்கும். அப்போதுதான் தன் கணவன், பிள்ளைகள் எல்லோருக்கும் துணிமணி எடுப்பாள். அவளுடைய கணவன் அய்யாவு மொடாக் குடிகாரன். குடிகாரன் என்று தெரிந்திருந்தும் அவனுக்கு தன்னைக் கட்டிக் கொடுத்துவிட்டார்கள் என்ற வருத்தம் அவளுக்கு ஆரம்பத்திலிருந்தே இருந்தது.

தொம்பாவிற்கு அடுத்தடுத்து பிள்ளைகள் வரிசையாய்ப் பிறந்தார்கள். மூன்றாவது பிள்ளை பிறந்தபோதும் பார்க்க எடுக்க ஆளில்லை என்று அப்பா வீட்டிற்கே வந்துவிட்டாள். அந்த நேரம் பார்த்து அய்யாவு இரண்டு மூன்று கிடாரிகளை விற்றுவிட்டான். இல்லையென்றால் இந்நேரம் அவளிடம் பத்துப் பனிரெண்டு உருப்படிகள் பெருகியிருக்கும். மாடுகளை விற்றானே தவிர தொம்பாவிற்கும் பிள்ளைகளுக்கும் செலவிற்கென்று எதுவும் கொடுத்து உதவவில்லை. எல்லா செலவுகளையும் அவளுடைய அம்மா அப்பாவே செய்ய வேண்டியதாயிருந்தது.

“உள்ளூருல கட்டிக்குடுத்தது எங்களுக்குத்தான் தொல்லயா பெயிட்டு. வெளியூருல குடுத்து தொலைச்சிருந்தமுன்னாக்க ஒரு நாளு கெழமயில தலயக் காட்டிப்புட்டு வந்துடலாம். ஒரு புள்ளிக்கி பாக்கலாம், ரெண்டு புள்ளக்கி பாக்கலாம். புள்ளக்கிப் புள்ள செலவு பண்ண இஞ்ச என்ன கொட்டியா கெடக்கு. ஒரு நாளுகொட வுடாம குடிக்கிறான் ஒம்புருசன். ரெண்டு ரூவாயக் குடுத்து மருந்து வாங்கி அரச்சிப்போடுங்கன்னு குடுக்குறானா? நீனும் அவன் வாற நேரத்துல வாயத்தொறந்து கேக்காம உம்முன்னு ஒக்காந்துருக்குற? புருசனும் பொண்டாட்டியுமா சேர்ந்துக்கிட்டு எங்க தலய தடவிக்கிட்டு பெயிருவிய பொலருக்கு” என்று தொம்பாவின் அம்மா ஆத்திரமாய்ப் பேசினாள். தொம்பாவால் அதைத் தாங்கிக்கொள்ள முடியவில்லை. மாடுகளை அய்யாவு விற்றுவிட்டானோ என்ற கவலையோடிருந்தவள் அவள் அம்மா பேசியதைக் கேட்டதும் பொங்கிவிட்டாள்.

“கண்ணு தெரிஞ்சிதான என்ன கொண்டு போயி பாழுங் கெணத்துல தள்ளிவுட்டிய. புடிக்குதோ புடிக்கலையோ அந்த மனுசனுக்கிட்ட இருந்து நான் ஒவ்வொரு நாளும் முள்ள முழுங்கி தண்ணியக் குடிச்சிட்டுருக்குறன். புள்ளப்பெத்த அறயில கெடக்குற நான் எப்படிப்போயி அந்தாளுகிட்ட காசக்குடு, பணத்தக்குடுன்னு மல்லுக்கட்டிக்கிட்டு நிக்கிறது? எனக்கு பெத்தவ்வொளும் சரியில்லை வாச்சவ்வொளும் சரியில்லை. நா யாரக் குத்தஞ்சொல்லி என்ன செய்யப்போறன். எல்லாம் யாந் தலவிதி. நல்லதோ கெட்டதோ நான்

யாவ்வூட்டுலயே கெடந்து சாவுறன். எனக்கு ஆயா அப்பன் அண்ணந்தம்பி யாருமில்லன்னு நெனச்சிக்கிடுறன்."

என்று கோபமாய்ச் சொல்லிவிட்டு பிள்ளையைத் தூக்கிக்கொண்டு வந்தவள்தான். இன்றுவரை தன் அப்பன் வீட்டுப் பக்கம் திரும்பிக்கூட பார்க்காமல் வைராக்கியமாய் இருக்கிறாள். அவள் இப்படி வைராக்கியமாய் இருக்க முடிந்ததற்கு மாடுகளும் ஒரு முக்கிய காரணமாயிருந்தன. எந்த நேரமும் மாடுகளுடனேயே இருந்தாள். தூங்கும்போதுகூட மாடுகளின் நினைவேயிருக்கும். அவளுடைய வயிற்றுக்கு சோறு இருக்கிறதோ இல்லையோ எப்போதும் மாடுகளின் வயிறு நிறைந்திருக்க வேண்டும். புயல், அடைமழை என்று மாடுகளை கொட்டகைக்குள்ளேயே கட்டிப்போட நேர்ந்தால்கூட தொம்பா சும்மாயிருக்க மாட்டாள்.

"பச்சயப் பாக்காம யாம் மாடுவொ கொட்டாக்குள்ளயே கெடக்கே" என்று சாக்கை தலைக்குப் போட்டுக்கொண்டு கிளம்பிவிடுவாள். தண்ணீருக்குள் மூழ்கியிருக்கும் புல்லை அரிவாளை மூழ்கவைத்து தண்ணீருக்குள் துழாவித் துழாவி அறுப்பாள். அப்படியறுத்த புல்லை நாற்று மாலைபோல் கட்டி தண்ணீரிலேயே இழுத்துக்கொண்டு வருவாள். கரையேற்றி, தண்ணீரை வடியவிட்டு, உதறிப்போட்டு, உலர வைத்து பின்பு மாட்டிற்கு அள்ளிப்போட்டு தின்னவிடுவாள். மாடுகள் தின்று முடிக்கும்வரை அவை தின்னும் அழகையே பார்த்துக்கொண்டு நிற்பாள்.

கலுங்கின் மீது நின்றபடி கருங்கல் சுடுவதைக்கூட பொருட் படுத்தாமல் மேற்கே நீண்டதூரம்வரை பார்த்தாள். கண்களை இடுக்கிக்கொண்டு பார்த்தாள். அப்படியே வெறித்துப் பார்த்துக்கொண்டு நின்றாள்.

"என்ன தொம்பா. ஈயமாட்டம் கொதிக்கிது கருங்கல்லு. அதுல நின்னுக்கிட்டு என்ன பாக்குற? எறங்கி வா."

எதுவுமே சொல்லாமல் இறங்கி வந்தாள் தொம்பா.

"என்ன தொம்பா அழுவுறியா?"

"...."

"மாடுவ எங்க பெயிறப்போவுது? எங்குட்டாவுது சுத்திக்கிட்டு நிக்கும். கவலப்படாத. வா போவம்."

திரும்பி நடக்க மனமில்லாதவளாய் சோர்வுடன் நாலாபக்கமும் பார்த்துக்கொண்டு நின்றாள். கண்களிலிருந்து வடிந்துகொண்டிருந்தது.

“எரிக்கிற வெயிலுல கண்ணு ரெண்டும் பொகஞ்சி பெயிடும் பொலருக்கு. இதுல ஒனக்கு கண்ணுத்தண்ணி வேற எப்படி வருது?”

“வா தனம், போவம்” கண்களைத் துடைத்தபடி திரும்பினாள்.

அப்போதுதான் தொம்பாவின் முகத்தை நன்றாக உற்றுப் பார்த்தாள் தனம்.

“கண்ணுமுளியெல்லாம் மண்டக்குள்ள கெடக்கு, காலச்சோறு தின்னியா இல்லை?”

“எங்க சோறு திங்கற? யாவ்வூட்டுக்கார ஆம்புள படுத்துற பாடுல ஒக்காந்து ஒருவா சோறு திங்கற மேரியாருக்கு?”

“என்ன, எதுவும் சண்டயா?”

“ரெண்டு மூணு நாளாவே குடிச்சிட்டு வந்து எனக்கு பத்தாயிரம் ரூவா பணம் வேணும், யாருகிட்டயாவுது வாங்கியாந்து குடுடின்னு போட்டு அடிக்கிறாவொ.”

“எதுக்காம் இப்பப் பணம்?”

“என்னவோ கட வைக்கப்போறாவொளாம். கெவுருமண்டுல பணம் கட்டி ஏலம் எடுக்கணுமாமுல்ல.”

“ஒன்னக்கிட்ட கேட்டா நீ எங்கபோவ அவ்வளவு பணத்துக்கு?”

“என்னக்கிட்ட மாடுவொ இருக்குல்ல. அத வித்துக்குடுக்கச் சொல்லித்தான் அந்தப்பாடு.”

“அடப் பாவி மனுசனே, வித்துப்புட்டு என்ன செய்யிறதாம். இத்துன வருசமா வச்சிருந்துட்டு இப்ப விக்கிறன்னா முடியுமா? மாடுல்லாம நீ எப்படி இருப்ப?”

“கட வைக்கப்போறாவொளாம் கட. நீ மடிய விரிச்சிக்கிட்டு ஒக்காந்துருடி. நான் மண்ணும் மசுருமா கொண்டாந்து கொட்டுறங் குறாவோ.”

“அதுவும் ஒவ்வூட்டு ஆம்புளய நம்பி வூட்டுலேயே ஒக்காந்துருக்கலாம் போ.”

“....”

“கட வச்சிதான் கொண்டாந்து கொட்டணுமா? வேற வேல செஞ்சி கொட்டுறது?”

“கேட்டா வேற என்ன வேலயிருக்கு நாம் போறத்துக்கும்பாவோ. கோட்டாவந்தான் இப்புடிக் கெடக்கே. ஆவணி மாத்தயில இப்புடிக் கெடந்து பாத்துருக்குறியா? கொல்ல வேலய வுட்டா அந்த ஆம்புளைக்கு வேற என்ன வேல தெரியுமுங்கற, மத்தவ்வொமேரி கேரளா பக்கமோ கோயமுத்தூரு பக்கமோ போயி நாலு காசி சம்பாரிக்கத் தெரியுமுன்னா நெனக்கிற? ஒண்ணுந்தெரியாது, தனம். மூக்கு முட்ட குடிக்கத் தெரியும். என்னகிட்ட வம்புவளக்கத் தெரியும். அதான் அவ்வொளுக்குத் தெரிஞ்சது”

“.....”

“ஆத்துல தண்ணி வந்து நாத்து நடவுன்னு கோட்டாவத்து வேல ஆரம்பமாயிட்டுன்னா இப்படியெல்லாம் யாம் பெரச்சன வருது. நாத்தடிக்கவும் சேறடிக்கவும் நாத்துக்கட்டு தூக்கவுமுன்னு ஒரு நாளுகொட வூட்டுல தங்காம பெயிருவாவொளே.”

“.....”

“சும்மா சொல்லக்கொடாது தனம் - அந்த மேரி வேல நாளுல வேல செஞ்சி பாதிக்காச சாராயக்கடயில குடுத்தாலும் மீதியக் கொண்டாந்து வூட்டுல குடுத்துருவாவோ. நம்ப கெட்டகாலமோ என்னமோ ஆத்துலதண்ணி வல்ல. மானங்கெடுத்துச்சோ மனுசன் கெடுத்தானோ தெரியல. யாங்குடும்பம் சந்தீல போவுது.”

“ஒவ்வூடு மட்டும் என்ன. எல்லாரு வூட்டுலயும் இதே பெரச்சனதான். ஆவணி மாசம்மேரியாருக்கு? முந்தியெல்லாம் இந்த நாளுல இந்த கோட்டாவம் எப்படி இருக்கும்? நாத்துப் பறிக்கிறதும் நடவு நடறதும் ஏரு ஓட்டுறதுமுன்னு கோட்டாவமே நெருதூளி கௌம்புமே.”

“யாம் புள்ளைவொ தெனமும் ஒரு சட்டி மீனு புடிச்சாந்துடுங்க. எத்துனயோ நாளு வேலக்கிப் பெயிட்டு வந்து சோறாக்க முடியாம வெறும் மீனச்சுட்டுத் தின்னுட்டு கெடந்துருக்குறம்.”

பேசிக்கொண்டே புதுவாய்க்கால் கரை வரை வந்துவிட்டார்கள். அங்கிருந்து பார்த்தாள் தனம். பூவரசு மரநிழலில் மாடுகள் படுத்திருப்பது தெரிந்தது.

“இஞ்சபாரு, தொம்பா, இந்த வேவாத வெயிலுல நம்ம எங்கெங்கயோ போயி அலஞ்சிப்புட்டு வாறம். இந்த மாடுவொ எங்குட்டாலயோ வந்து தண்ணியக் குடிச்சிப்புட்டு சொவமா படுத்துருக்குறத்த” என்றாள்.

தூரத்திலிருந்து மாடுகளைப் பார்த்தவுடன் தொம்பாவுக்கு மனசு நிம்மதியாயிருந்தது.

“நம்ம அலஞ்சது கெடந்துட்டுப் போவுது. மாடுவோ வந்து சேந்துச்சே அதச் சொல்லு” நிம்மதியாய் பெருமூச்சு விட்டாள்.

“பூசர மரத்தடில மாடுவகொட கொஞ்சநேரம் ஒக்காந்தாத்தாம் களையாரும்” என்றவளாய் வேகமாய் நடந்தாள் தொம்பா.

“அப்புடிக்கொட நீ ஒக்காந்துருவியா மாட்டுவொ கொம்பயும் வயத்தயும் தடவிப் பாத்துக்கிட்டுல்ல நிப்ப” என்று தொம்பாவைக் கிண்டல் செய்தாள் தனம்.

சற்று அருகில் வந்தபோது அவள் கண்கள் இளம் கிடாரியான வெள்ளச்சியையும் சினையாயிருந்த சுருட்டையையும் தேடியது. அவையிரண்டும் எப்படி இருக்கின்றன என்பதைப் பார்க்கும் ஆவலை அவளால் அடக்கிக்கொள்ள முடியவில்லை. மாடுகள் எல்லாம் படுத்திருப்பதால் அவளால் பார்க்க முடியவில்லையென்று நினைத்தாள். இன்னும் கொஞ்சம் கிட்டே வந்து பார்த்தபோதுதான் அவை அங்கு இல்லை என்பது தெரிந்தது. மனம் திடுக்கிட்டது.

“யாம் மாட்டுவொள மட்டும் காணும் தனம்” பதறியபடியே வேகவேகமாய் நடந்து வந்தாள்.

“தொம்பா, ஒம்மாட்டுவொள மட்டும் காணும், எங்க ரெண்டியரு மாடுவளும் இப்படியே மேற்கேயிருந்து ஊருக்குள்ள வுளுந்து வந்துதுவொ” என்றாள் கவலையுடன்.

ஓரிரண்டு மாடுகள் காணாமல் போயிருந்தால் எங்காவது தவறியிருக்கும் என்று நினைக்கலாம். ஒன்பது மாடுகளையும் காணாமென்றால், அதுவும் தொம்பாவின் மாடுகள் மட்டும் மொத்தமாய்க் காணாமென்றால் என்னவாயிருக்கும்? தொம்பாவின் கண்கள் இருட்டிக் கொண்டு வந்தது. காலுக்குக் கீழேயிருந்த தரை நழுவுவது போலிருந்தது அவளுக்கு.

“அய்யோ யாம்மாடுவொ போச்சே” என்றவாறே மயங்கி விழுந்தாள்.

தொம்பாவின் முகத்தில் தண்ணீர் தெளித்து, குடிக்கக்கொடுத்து வீட்டில் கொண்டுவந்து விட்டுப் படுக்கச் சொன்னார்கள். சோறாக்க வேண்டும், பிள்ளைகளுக்குச் சோறு போட வேண்டும் என்ற எந்தச் சிந்தனையுமில்லாமல் படுத்திருந்தாள்.

“பசிக்கிதும்மா, எளும்பும்மா” என்று பிள்ளைகள் அழுதும் கெஞ்சியும்கூட தொம்பா எழும்பவில்லை. இரவு வெகுநேரம் கழித்து குடிபோதையுடன் வீட்டிற்குள் நுழைந்தான் அய்யாவு.

"எட்டி தொம்பா, மாடுவொ பேயிட்டேன்னு கவலைப்படாதடி. மாடுவ போனாலும் நான் சம்பாரிக்க வழி பண்ணிட்டண்டி. மாடுவித்த காசில எல்லாம் வாங்கியாந்துட்டண்டி. எரிக்கக்குள்ளயும் விக்கக்குள்ளயும் வந்து தொல்ல பண்ணக்கொடாதுன்னு போலீசு காரங்களுக்கும் கொஞ்சம் குடுத்துட்டுத்தாண்டி வந்துருக்குறன். இனிமே ஒன்ன கஷ்டப்படாம வாளவைக்கப் போறண்டி. எட்டி தொம்பா, எளும்புடி" என்றான்.

மரக்கட்டைபோல சலனமில்லாமல் கிடந்தாள் தொம்பா.

"எட்டி தொம்பா. நீ யான் ராசாத்திடி. சேத்துலயும் தண்ணிலயும் வெயிலுலயும் மழயிலயும் நீ இனிமே மாட்ட ஓட்டிக்கிட்டு அலயாண்டாண்டி. ஒன்ன மகாராணிமேரி வாழ வைக்கிறன் பாருடி" ஏதேதோ உளறியபடி அவள் ஓரமாய் விழுந்தான். சாராய நெடி அவள் முகத்திலடித்தது. எழுந்து உட்கார்ந்தாள்.

"மேய்ச்சலுக்கு அவுத்துட்ட மாட்ட அப்படியே ஓட்டிக்கொண்டு போயி வித்துப்புட்டு குடிச்சிட்டு வந்து என்னக்கிட்ட சரசமா ஆடுற? புள்ளவொளாட்டம் வளத்த மாட்டுவொள விக்கிறத்துக்கு ஒனக்கு எப்புடி மனசு வந்திச்சி? நீயெல்லாம் ஒரு மனுசனா? த்தூ.."

வீட்டைவிட்டு வெளியே வந்தாள். வீட்டிற்கும் சற்று தள்ளியிருந்த மாட்டுக் கட்டுத்தறியையும் கொட்டகையையும் பார்த்தாள். வெறிச்சென்று இருந்தது. கால்கள் கட்டுத்தறியை நோக்கி அனிச்சையாய் நடந்தன. இரவு மாடுகளுக்குப் போடுவதற்காக காலையிலேயே வெட்டிக்கொண்டு வந்து வைத்திருந்த உப்பருவு கொட்டகையின் மூலையில் கொட்டிக்கிடந்தது. இன்னொரு ஓரத்தில் பெரிய பெரிய பானைகளும் சாராயம் காய்ச்சத் தேவையான பொருட்களும் கொண்டுவந்து வைக்கப்பட்டிருந்தன.

நீண்டநேரம் அவற்றையே வெறித்துப் பார்த்துக்கொண்டு நின்றாள் தொம்பா.

ஈரம்

“**ய**ம்மா.”

வரிச்சிக்கம்பை ஒரு கையால் பிடித்துக்கொண்டாள். குனிந்து தலையை மட்டும் வெளியே நீட்டிக் கூப்பிட்டாள் ராசாத்தி. வெயிலுக்கு முந்தானையை தலைக்குப் போட்டுக்கொண்டு தெருவில் இறங்கிய வேதாம்பாள் நின்று திரும்பினாள்.

“என்னங்கச்சி...”

சற்று அதட்டலாய் அவள் கேட்டதும் ஒன்றும் சொல்லாமல் தலையை உள்ளே இழுத்துக்கொண்டாள்.

“என்னன்னு கேக்குறன்ல்லங்கச்சி சொல்லன்” என்றாள் வேதாம்பாள்.

வாசல்படியில் குந்தி உட்கார்ந்தாள் ராசாத்தி. விரித்துக்கிடந்த தலைமுடியை முன்னால் வாரிப் போட்டாள்.

“இஞ்சபாரு பன்னடயாட்டம் பெயிட்டு. தலக்கி மட்டுமாச்சிம் எதாவுது கொண்டாம்மா.”

“கஞ்சிக்கிக் காஞ்ச வவுறு சுருட்டிக்கிட்டு முள்ளாந்தண்டோட போயி ஒட்டிக்கிட்டு, நிமுந்து நடக்க முடியல. ஒரு வாயி சோத்துக்கும் தண்ணிக்கிம் லாச்சாரு படுறன். புடியரிசிக்கி வழியில்ல இதுல தலக்கி எண்ணெ வாங்குறத்துக்கு நா எங்கபோற?”

“நம்ம பட்டினியாக் கெடக்குறதா பாக்குறவ்வொளுக்குத் தெரியப்போவுது? தல பறக்குறதுதான தெரியும். பறட்டயாட்டம் விரிச்சிப் போட்டுக்கிட்டு வெளில எழும்ப வெக்கமாருக்கு.”

“அதுக்கு என்ன என்னங்கச்சி பண்ணச் சொல்லுற இப்ப?”

“ஆங். கோயிலடி வாணியான் ஊட்டுக்குப்போயி செக்கோட தூக்கியாயன்.”

“ரெண்டுநாளா கெடந்து குண்டி காஞ்சிங்கொட ஓங் கெப்புரு அடங்கல பாத்தியா” என்றாள் வேதாம்பாள் கோவமாய்.

“எங்கயாவுது பாத்து அன்னைக்காட்டமே ஒல்லித்தேங்கா எடுத்தாந்து குடுன்னுதான கேக்குறன்.”

“வடக்க போனாத்தான யாரூட்டு தோப்புலயாவுது பாத்து பொறுக்கியாறலாம். நா இப்ப கீழக்காட்டுக்குல்ல போறன்.”

“கீமுக்காட்டுக்கா? எதுக்கு இப்ப அங்க போற?”

“என்னத்துக்கு போப்போறன். நடவு நட்ட காசிய கேட்டுப் பாக்கலான்னுதான் போறன்.”

“அதுக்கு ஒண்ணும் அவசரமில்ல. மொதல்ல தலக்கி எதாவுது கொண்டாந்து குடுத்துட்டு அப்பறமாப் போ.”

“இந்த வெயிலுல தோப்பு காடெல்லாம் என்னால சுத்தமுடியா.”

“ஆமாமா... ஒன்னால தோப்பு காட்டுக்குத்தான் போவமுடியா, கீழக் காட்டுக்கெல்லாம் போவ முடியும்.”

“....”

“போப்போ, போவக்குள்ளயே நடேசமாமா வூட்டு மாட்டு வண்டிய பூட்டி ஓட்டிக்கிட்டுப் போ. வரக்குள்ள ஒன்னால ஒண்டியா தூக்கியாற முடியாதுல்ல.”

“அட ஒப்புறான போவக்குள்ளயே யாண்டி மூதேவி பின்னாடி நின்னுக்கிட்டு கரச்ச வளக்குற?” வேதாம்பாளுக்கு கோபம் வந்துவிட்டது.

“எங்க கௌம்புனாலும் விடியா மூஞ்சி நாயி, பின்னால நின்னுக்கிட்டு அழுதா போற காரியம் நடக்குமா?” ரோட்டில் நின்றுகொண்டு கத்தினாள் வேதாம்பாள்.

தன் அம்மா பேசுவதைக் கேட்டு வீட்டிற்குள் போய்விட்டாள் ராசாத்தி. அவளுக்கும் தன் அம்மா மீது ஆத்திரமாய் வந்தது.

“நடவுநட்ட காசி வாங்கப்போறன், நடவுநட்ட காசி வாங்கப்போறன்னு தெனமுந்தான் கீழக்காட்டுக்கும் வூட்டுக்குமா நடயா நடக்குற. நடந்து நடந்து ஓங் உள்ளாங்காலு தேஞ்சிச்சே தவிர ஒரு ஓட்டாஞ்சில்லியாவுது காசின்னு வாங்கியாந்து கண்ணுல காட்டியிருப்பியா?” வரிச்சிக்கீற்றைத் தூக்கிக்கொண்டு தன் அம்மாவை முறைத்தாள்.

“எப்படி காச கண்ணுல காட்டுற? அதுக்குத்தான் ஏழூரு தரித்திரியத்த ஏந்திவந்து பெத்தமேரி ஒண்ண பெத்து வச்சிருக்குறனே. எங்கள எடுத்துப்போட்டு முளுங்காதது மட்டுந்தான பாக்கி. நீ பொறந்த நாளாத்தான் வூட்டுல ஒண்ணு இல்லாம எல்லாத்தயும் ஒட்டத் தொடச்சிக்கிட்டு வாறியே” வேதாம்பாள் மகளின் அதிர்ஷ்டத்தை இகழ்ந்து பேச ஆரம்பித்தாள்.

எல்லோருக்கும் கேட்கும்படியாக ரோட்டில் நின்றுகொண்டு தன்னைப் பேசுவதைக் கேட்டதும் ஆத்திரமும் அழுகையும் பொத்துக்கொண்டு வந்தது ராசாத்திக்கு. வார்த்தைக்கு வார்த்தை எதிர்த்துப்பேச முடியாமல் மூலையில் அழுதுகொண்டு உட்கார்ந்து விட்டாள். வீட்டில் வறுமை ஏற்பட்டால் அதற்கு ராசாத்தி என்ன செய்வாள்? எப்போதுமே இப்படித்தான் வேதாம்பாள் பேசுவாள். அவளால் எதுவும் செய்ய முடியவில்லையென்றால் அந்த இயலாமை கோபமாய் மகளின் மீது திரும்பும். ராசாத்தி மட்டும் கஷ்டப்படாமல் சொகுசாகவா வளர்கிறாள். அவள் ஈட்டுப்பெண்கள் எல்லாம் பள்ளிக்கூடம் போய்க்கொண்டிருக்கிறார்கள். ராசாத்தி ஐந்தாம் வகுப்புவரை உள்ளூர்ப் பள்ளிக்கூடத்தில் படித்ததுதான். அதற்குமேல் படிக்க அவளால் நினைத்துக்கூட பார்க்க முடியவில்லை. அம்மாவின் கிழிந்த புடவையை தாவணியாய்ப் போட்டுக்கொண்டு அம்மாவோடு நடவுக்கும் களையெடுக்கவும் கதிர் அறுக்கவுமென்று போக ஆரம்பித்துவிட்டாள்.

முன்பெல்லாம் இப்படி வேலை செய்த காசில் கொஞ்சம் மிச்சம்பண்ண முடிந்தது. நல்ல துணிமணிகளை வாங்கி கட்டிக் கொள்ளவும் வளையல், மணி, பொட்டு, சோப்பு, சீப்பென்று விருப்பப்பட்டதை வாங்கிக்கொள்ளவும் முடிந்தது.

இவைபோகவும் அதிகப்படியாய் சேர்த்த பணத்தில் கால்கொலுசும் கல் வைத்த இரண்டு அந்திரக்கட்டு மூக்குத்திகளும்கூட வாங்கிப் போட்டுக்கொண்டிருந்தாள். ஆனால் இந்த வருடம் எல்லாமே மாறிப் போய்விட்டது. பெரும்பாலான நாட்கள் வேலையே கிடைக்கவில்லை. கூலியும் சரியாகக் கிடைக்கவில்லை. சாப்பாட்டுக்கே சிரமமாகிவிட்டது. இந்த நிலையில் மரம் வெட்டும் வேலைக்குப் போயிருந்த ராசாத்தியின் அப்பா பன்னீரின் மீது மரக்கிளையொன்று முறிந்து விழுந்தது.

"ஒரு பக்கத்து தோளுபட்ட ஒதவல, கையத் தூக்க முடியல, வலி உசுரு போவுது" என்று வீட்டில் வந்து படுத்துவிட்டான். அவனை வந்து பார்த்த அக்கம்பக்கத்து சனம் "மூட்டு பெசவிப் போயிருக்கு, ஒடனே வயித்தியம் பண்ணலன்னாக்க எப்பயிமே கையி ஒதவாமப் பெயிரும். கையக்கால நம்பி ஒழச்சி பொளக்கிறவ்வொள நல்ல எடமாக்கொண்ட காட்டுங்க" என்று சொன்னார்கள். திருவாரூர் தாண்டி குடவாசலில் யாரோ ஒருவர் எலும்பு முறிவுக்கும் மூட்டு பிசகுக்கும் வைத்தியம் செய்வதை விசாரித்துக்கொண்டு அழைத்துப்போய் காட்டினார்கள். வைத்தியச் செலவிற்கும் போக்குவரத்துச் செலவிற்கும் பணமில்லாமல் ராசாத்தியின் கால் கொலுசைத்தான் விற்க வேண்டியிருந்தது. தோள்பட்டை குணமாகி வந்த பன்னீர் வீட்டில் ஒருநாள்கூட ஓய்வாக இருக்க முடியவில்லை.

'தாங் கைய ஊனி கரணம் போட்டுச்சே யாம் பொண்ணு. அது வாங்கிப்போட்டுருந்த காலு கொலுச வித்துப்புட்டு வந்து ஒக்காந்துருக்குறியளே, நாளக்கே அத ஒரு எடத்துல புடிச்சிக் குடுக்கணமுன்னாக்க நம்ம என்ன செய்யிறது? எங்கேருந்து வாங்கிப்போட்டுறப்போறம்?, என்று புலம்ப ஆரம்பித்துவிட்டாள் வேதாம்பாள். சதா இதைப்பற்றியே அவள் பேசிக்கொண்டிருப்பதை சகித்துக்கொள்ள முடியாமல் "கேரளாவுக்குப் போயி முண்டுகல்லு தூக்கியாவுது நான் வித்த கொலுச வாங்கித் தந்தர்றன்" என்றான் பன்னீர். கேரளாவுக்குப் போகமட்டும் பணம் வேண்டாமா? யார் கொடுப்பார்கள். ராசாத்தியின் மூக்குத்திகள் இரண்டையும் வாங்கிக்கொண்டு போனான். இடும்பாவனத்தில் வட்டிக்கடையில் நானூறு ரூபாய்க்கு அடகு வைத்தான். ஒரு மாத வட்டியையும் சீட்டுக்காசையும் பிடித்துக்கொண்டு அடகுக்கடைக்காரன் கொடுத்த முன்னூற்று எழுபத்தைந்து ரூபாயையும் எடுத்துக்கொண்டு கேரளாவுக்கு போனான் பன்னீர். அவன் போயும் ஒரு மாதமாகப் போகிறது. இதுவரை பணம் எதுவும் அனுப்பவில்லை. 'கூடிய சீக்கிரம் பணம் அனுப்புகிறேன்' என்று இரண்டு கடிதங்கள் போட்டதோடு சரி. போன இடத்தில் அவனுக்கு என்ன பிரச்சினையோ.

ஆத்திரத்தில் ஏதேதோ பேசியபடி கொஞ்ச தூரம் நடந்தாள் வேதாம்பாள். 'நாலு பேரு காது கேக்க மட்டரகமாக பேசிப்புட்டமே நம்மபுள்ளய' என்ற வருத்தம் ஏற்பட்டது அவளுக்கு. 'பாவம் சின்னஞ்செரிசி. வயத்துக்கு பத்தலன்னா கேட்டுச்சி? பறக்குற தலய ஒதுக்கிக் கட்டத்தான கேட்டுச்சி. பெத்த புள்ளக்கி தாயாருந்து அதக்கொட செய்யாம வாயிக்கி வந்தமேரி பேசிப்புட்டமே' என்று மகளின் மீது அனுதாபப்பட்டாள்.

இப்ப ஒடனே கீழக்காட்டுக்குப் போனாக்க மட்டும் என்ன கெடச்சிறப் போவுது? பொன்னுச்சாமண்ண வூட்டு முத்தத்துல பந்தலப்போட்டுக் கொட்டிவச்சிருக்கவா போறாவோ? கேட்டவொன்னே அள்ளிக் குடுக்குறத்துக்கு. இப்படியே வடக்கபோயி தோப்பு வொள்ள பாத்து, ரெண்டு ஒல்லியாவுது எடுத்துக்குடுத்திட்டு வருவம்' என்று நினைத்தவளாய் வடக்கே திரும்பினாள்.

'பாவம், நம்மளோட சரிக்கிச் சரியா நின்னு நடவு நட்டுச்சி. ஒரு நாளைக்காவுது அதுக்கு உச்சி குளுற தடவிக்கிட எண்ணெ வாங்கிக்குடுக்காம இப்படிப் பண்ணுறமே. எத்துன நாளைக்கித்தான் ஒல்லித்தேங்காய அரச்சி தேச்சிக்கிடச் சொல்லுற?' என்று நினைத்தாள்.

தோப்புகளில் இப்போதெல்லாம் ஒல்லிதான் அதிகமாய் விழுகிறது. மரங்களெல்லாம் தண்ணீருக்குச் சாகும்போது, நல்ல தேங்காய்கள் எப்படி காய்க்கும்? தோப்புக்காரர்கள் மரங்களுக்குக் கீழே ஒல்லிகளை முட்டாய் போட்டு வைத்திருப்பார்கள். அவற்றை வெட்டிப்பார்த்தால் உள்ளே ஒன்றுமேயிருக்காது. வெறும் கோம்பையாகத்தான் இருக்கும். சில ஒல்லிகள் கொஞ்சம் கனமாயிருக்கும். அவற்றின் உள்ளே சிறியதாய் புன்னைக்கொட்டை அளவிற்கு ஈரப்பசை அதிகமில்லாமல் தேங்காயிருக்கும். அதை எடுத்துவந்து கொடுப்பாள் வேதாம்பாள். அந்தத் தேங்காயை அம்மியில் வைத்து அரைத்துப் பிழிந்து, அந்தப் பாலையெடுத்து சிறிதுநேரம் வெயிலில் வைத்திருந்து அல்லது அனலில் காட்டி தலையில் தடவிக்கொள்வாள் ராசாத்தி. சில ஒல்லிகளில் பால் நன்றாக வாசனையாய் இருக்கும். சில ஒல்லிகள் நாற்றமடிக்கும். நாற்றமடிக்கும் ஒல்லித் தேங்காய்களை அரைத்துத் தடவினால் இரண்டு மூன்று நாட்களுக்கு தலையே நாறுவது போலிருக்கும். மறுபடியும் அரப்புத்தூள் போட்டு தேய்த்துக் குளித்தால்தான் அந்த நாற்றம் போகும். எப்படிப்பட்ட பாலாயிருந்தாலும் தலையில் தடவிவிட்டால் எறும்புகளிடமிருந்து மட்டும் தப்பிக்க முடியாது. தலையைக் கீழே சாய்த்துவிட்டால் போதும், பால் வாசத்திற்கு எங்கெங்கோ இருக்கும் எறும்புகளெல்லாம் தலைக்கு வந்துவிடும். இதையெல்லாம் நினைத்துத்தானோ என்னவோ தோப்புக்குப்போகும் எண்ணத்தை விட்டுவிட்டு மறுபடியும் வந்த வழியே திரும்பி நடந்தாள்.

'எப்படியாவது இன்னைக்கு பொன்னுச்சாமண்ண வூட்டுலேயிருந்து காசி வாங்காம திரும்பி வரக்கொடாது. விக்காதத வித்துப்புட்டாவது குடுக்கட்டும். புள்ளக்கி எண்ண வாங்கிக்குடுக்கணும் ஒரு நாளைக்காவது வயறார கஞ்சி குடிக்கணும்' என்று நினைத்தபடியே கீழக்காட்டிற்கு வேகமாக நடந்தாள்.

'அப்பறந் தாறன் இப்பறந் தாறன்னு என்ன சொன்னாலும் இன்னைக்கி அசங்கக் கொடாது. காச கையில வாங்கிக்கிட்டுத்தான் ஒக்காந்த எடத்தவுட்டு நவரணும். கடங்காரன் வாசல மறிக்கிறமேரி மறச்சிக்கிட்டு நின்னாக்கத்தான் புத்தி வரும். நடவு நட்டு மாசம் ரெண்டாவப் போவுது. நம்ம மட்டுமில்லாம நம்ம மவளயுமுல்ல கொண்ட போட்டு வாட்டுனம். ஒரு நாளா? ரெண்டு நாளா? போனா பெயிட்டுப்போவுதுன்னு வுட்டுட்டுப்போவ? எட்டு நாளு. எட்டு நாளும் அங்குட்டு இங்குட்டு நவராம அவ்வொ கொல்லயேல்ல கெதின்னு கெடந்தம். கொஞ்சமாவது நெனச்சிப் பாக்குறல்ல. குண்டிய நட்டுக்கிட்டு காலயிலேருந்து மசண்ட வரைக்கும் கவுத்த தலய நிமுத்த

நேரமில்லாம நின்னு நட்டும் என்ன புண்ணியம்? ஓராளு காசகொட இன்னவரைக்கும் குடுக்கல. சேத்து மொவத்துல சிரிப்பும் நெல்லுமொவத்துல நெருப்புங்குறமேரித்தான் இருக்கு. பொன்னுச் சாமண்ண வூட்டு கத. சேத்து மொவத்துல சிரிச்சிச் சிரிச்சிப் பேசி வேலய வாங்கிக்கிட்டாவோ. ஆனா வேல செஞ்ச காச போயிக் கேக்ககுள்ளயில்ல கடுகடுன்னு பெயிடுது மொவம். மூஞ்சிய ஏளுமொளத்துக்கு நீட்டிக்கிட்டா காசி கேக்காம திரும்பிப் பெயிருவமுங்கற நெனப்பு. இன்னக்கி மூஞ்சி மோரய நீட்டுனாலும் எரிஞ்சிவுளுந்தாலும் காசி வாங்காம எளும்பி வாறதில்ல.' திடமான முடிவோடு நடந்தாள் வேதாம்பாள்.

இவள் போன நேரம் பொன்னுச்சாமியின் வீட்டில் யாருமில்லை. வீட்டுவாசல் விரியெலை மட்டை வைத்து சாத்தப்பட்டிருந்தது. சற்று தள்ளியிருந்த ஒரு வீட்டில் விசாரித்தாள்.

"பொன்னுச்சாமண்ண வூட்டுல யாருமில்லயா? வூடு சாத்திக் கெடக்கே. எங்க பெயிட்டாவோ?" என்றாள்.

"அவ்வொ எல்லாரும் கோட்டாவத்துக்கில்ல பெயிட்டாவோ"

"...."

"காலயிலயே பெயிட்டாவொளே இனிமே சாயந்திரமாத்தான் வருவாவோ" என்றாள் அந்த வீட்டுப் பெண்.

"சேரி. நாம் பெயிட்டு சாயந்திரமாவே வாறன்" என்று சொல்லிவிட்டு திரும்பியவளுக்கு வீட்டிற்கு வர மனம் வரவில்லை. 'நம்மளும் கோட்டாவத்துக்கே போனான்ன?' என்று நினைத்தாள். கோட்டகம் நேராக தெற்கேயிருந்தது. கொஞ்ச தூரம் நடக்க வேண்டும். நடப்பது ஒன்றும் பெரிய பிரச்சனையில்லை வேதாம்பாளுக்கு. கல்லிலும் முள்ளிலும் மழையிலும் வெயிலிலும் நடந்து நடந்து பழக்கப்பட்ட கால்கள் அவளுடையது. இருந்தாலும் இன்று கொஞ்சம் மலைப்பாக இருந்தது. வெயிலும் பசியும் அவளுடைய சோர்வை அதிகமாக்கின. போவதா வேண்டாமா என்று இருமனதுக்காரியாய் சிறிது நேரம் நின்றாள். 'வெறுங்கையோட வூட்டுக்குப் போறதாவது. போயித்தான் என்ன பண்ணுற? கோட்டாவத்துக்கே போவம்' என்று நினைத்தவளாய் தெற்கு நோக்கி நடந்தாள். வேதாம்பாளும் ராசாத்தியும் நடவு நட்டதுகூட இந்தக் கோட்டகத்து கொல்லைகளில் தான்.

'கொல்ல தலையிலேயே போயி நிக்கணும். அப்பத்தான் ரோசம் வந்து நம்ம காசக் குடுப்பாவோ' நடையில் கொஞ்சம் வேகத்தைக் கூட்டினாள்.

அலுப்பா நெனச்சிக்கிட்டாலும் நெனச்சிக்கிடட்டும். நடயா நடந்தும் ஒண்ணுக்கும் புண்ணியமில்லை. அந்தக் காச வாங்க முடியாமயே போனாலும் பெயிட்டுப் போவுது. நறுக்குன்னு நாலு வார்த்த நாக்கப் புடுங்கிக்கிர்றமேரி கேட்டுப்புட்டு போவணும்'. கோட்டகத்தில் பொன்னுச்சாமியின் வயலுக்குச் செல்லும் பெரிய வரப்பைப் பிடித்து நடந்தாள். வாய்க்கால்களெல்லாம் தண்ணீரில்லாமல் காய்ந்துபோய்க் கிடந்தன.

'மோட்டாரு போட்டு வளவனாத்துத் தண்ணியயில்ல எறச்சிக் கட்டுறாவொளாம். எஞ்சினு வாடக குடுத்து, எண்ணெ வாங்கி ஊத்தி, தண்ணி எறக்கவெல்லாம் முடியிது. நடவுநட்ட காசி குடுக்க மட்டும் ஒண்ணுமில்லயாக்கும்."

தூரத்தில் பொன்னுசாமியின் கொல்லை தெரிந்தது. அவரும் அவருடைய பெண்டாட்டி பிள்ளைகளும் கொல்லையில் குனிந்து ஏதோ செய்துகொண்டிருப்பது போல் தெரிந்தது. 'கள புடுங்குறாவொளோ' என நினைத்தாள்.

'ஆளுவச்சி புடுங்குனா கட்டுபுடியாவாதுன்னு ஆயா, மக்க எல்லொருமா சேர்ந்து புடுங்குறாவோ பொலருக்கு. எந்த மொவத்த வச்சிக்கிட்டு ஆளு கூப்புடுவாவோ நடவு நட்ட காசே குடுத்த பாடுல்ல. கள புடுங்கிக்குடுக்க யாரு வருவா?' இன்னும் கொஞ்சம் வேகமாய் நடக்க நினைத்தாள். வெயிலும் பசியும் மயக்கமும் அவளை வாட்டியது. நிமிர்ந்து தூரத்தில் எதையும் பார்க்க முடியவில்லை. தலை முக்காட்டை சரி செய்துகொண்டு நடந்தாள். கிட்டே வந்து பார்த்தபோதுதான் தெரிந்தது அவர்கள் களை பிடுங்கவில்லை என்பது. நடவு நட்ட வயல் முழுவதும் பாளம் பாளமாய் வெடித்துப் போய்க் கிடந்தது. நெற்பயிரெல்லாம் காய்ந்து சருகிட்டுப்போயிருந்தது. கண்கள் இருண்டு வருவது போலிருந்தது வேதாம்பாளுக்கு. அப்படியே அசையாமல் வரப்பில் நின்றாள். இவள் வந்து நிற்பதைப் பார்த்த பொன்னுசாமியின் மனைவி கையிலிருந்த அரிவாளை அறுத்துப்போட்டிருந்த தட்டை அரிமேல் போட்டுவிட்டு கரையேறி வந்தாள். இடுப்பில் சொருகியிருந்த சீலை முந்தானையை அவிழ்த்து நெற்றியிலும் கழுத்திலும் வழிந்துகொண்டிருந்த வியர்வையைத் துடைத்துக்கொண்டாள். மடிக்குள்ளிருந்த வெற்றிலைப் பொட்டலத்தை எடுத்து பிரித்துக்கொண்டே வரப்பில் உட்கார்ந்தாள். அவளுடைய முகத்தைப் பார்க்கவே பரிதாபமாக இருந்தது. கிணற்றுக்குள் கிடந்து கொண்டு பேசுபவளைப்போல ஈனக்குரலில் பேசினாள்.

"வாங்கண்ணி"

“என்னண்ணி இப்புடி பொயிட்டு?” என்றாள் வேதாம்பாள். கொல்லையைப் பார்த்ததும் அவளுக்கு மனசு தாங்கவில்லை.

“பெயிட்டு.. ஒருபோகம் சாவடி. அதுவும் ஒண்ணுமில்லாம பெயிட்டு.”

“....”

“நம்ம சாவடிக்கு ஆசப்பட்டிருக்கக் கொடாது. ஆத்தையும் மானத்தையும் நம்பி கொல்லையில் எறங்குனது தப்பா பெயிட்டு. மத்தவ்வோ சொல்லக்கேட்டிருந்தா வெற நெல்லாவுது மிஞ்சியிருக்கும். பத்து நாளு கஞ்சிகுடிக்க ஆயிருக்கும்.”

“....”

“என்னண்ணி பண்ணச்சொல்லுறிய? கடன ஒடன வாங்கி நடவ நட்டம். நட்டத காவந்து பண்ணணுமேன்னு உள்ளது உரியதையெல்லாம் வித்துப்புட்டு இஞ்சினு போட்டு தண்ணி எறச்சிப் பாத்தம். யான பசிக்கி சோளப்பொரியா பத்தும். பாதி தண்ணிகொட வாய்க்கா நனஞ்சி வந்து சேரல. இருவது இருவத்தஞ்சி நாளு படாத பாடுபட்டு வேர நனச்சிக்கிட்டுருந்தம். இந்தா வருது தண்ணி அந்தா வருது தண்ணி, பேச்சுவார்த்த நடத்துறம், போராட்டம் நடத்துறமுன்னு தெனமும் சொல்லுறானுவொளே தவர புடிங்கிப்போட்ட மசுரு நனையக்கொட தண்ணி வல்ல ஆத்துல. எத்தன நாளக்கி காவந்து பண்ணமுடியும்? எங்க பாவத்தப்பாத்து இந்த நாதியத்த மானமாவுது பேஞ்சிச்சா, எரிக்கிற வெயிலுலத்தான் தீஞ்சி போவுதே. வேற என்ன பண்ணச் சொல்லிறிய? மாட்டுக்காவுது ஒதவுமேன்னுதான் தட்டய அறுக்குறம். கெடைமாடு வந்திச்சின்னா ஒண்ணு வய்க்காம ஒட்ட நக்கிப்புட்டு பெயிரும். அதாம் அறுத்துப் போட்டுக்கிட்டுருக்குறம்” என்றாள் பொன்னுச்சாமியின் மனைவி.

வேதாம்பாளால் எதுவும் பேச முடியவில்லை. தானும் தன் மகளும் நட்ட நடவெல்லாம் விளையாமலே அறுவடையாவதை நினைத்து அவளுடைய மனது வேதனைப்பட்டது. அதற்குமேல் அங்கு அவளால் நிற்கவும் முடியவில்லை.

“சேரி, நாம் பெயிட்டு வாறண்ணி” என்று சொல்லிவிட்டு திரும்பினாள்.

“எண்ணண்ணி வந்திய வந்து வரப்புல நிண்ணுட்டு ஒண்ணுமே பேசாம திரும்பிப்போறியளே” என்றாள் பொன்னுச்சாமியின் மனைவி.

“ஒண்ணுமிலண்ணி சும்மாதான் வந்தன்” என்றவாறே வீட்டை நோக்கி நடந்தாள் வேதாம்பாள்.

யதார்த்தம்

"**ஏ**ய், இங்க யாரு ஊளையிடுறது? கொஞ்சம்கூட அறிவில்லாம...." கத்திக்கொண்டே வந்தாள் நர்ஸ்.

"இன்னமும் நீங்க போவலியா?"

"..."

"டாக்டர் வந்தா எங்களுக்குத்தான் டோஸ் கெடய்க்கும். சீக்கிரம் தூக்கிட்டுக் கௌம்புங்க."

பளிச்சென்ற வெள்ளை உடையிலிருந்த அந்த நர்ஸின் முகத்தில் மருந்திற்குக்கூட கனிவையோ, இரக்கத்தின் சாயலையோ கண்டுபிடிக்க முடியவில்லை. மாரியப்பனுக்கு என்ன செய்வதென்று புரியவில்லை. அழுதழுது வீங்கிப்போயிருந்தது அவனுடைய முகம். கண்கள் சிவந்திருந்தன.

அவனுடைய பெண்டாட்டி கண்ணம்மா தலைவிரி கோலமாய் ஆஸ்பத்திரிக்கு வெளியேயிருந்த வேப்ப மரத்தடியில் கிடந்தாள். இரவு நடுநிசியில் ஆஸ்பத்திரியே அதிரும் விதமாக திடீரென்று பெருங்குரலெடுத்து அழுதாள். ஓடிவந்து பார்த்த நர்ஸ்களும் மருத்துவமனை வாசிகளும் அவளுக்காகப் பரிதாபப்பட்டார்கள். ஆறுதல் சொன்னார்கள். யாருடைய ஆறுதலும் அவளைச் சமாதானப் படுத்தவில்லை. ஓலமிட்டு அழுதுகொண்டேயிருந்தாள். எவ்வளவு நேரத்திற்குத்தான் மற்றவர்கள் பரிதாபப்படவும் சகித்துக்கொண்டிருக்கவும் முடியும்? எல்லோரும் முணுமுணுக்க ஆரம்பித்தார்கள். நர்ஸ்கள் பக்குவமாய்ச் சொல்லிப்பார்த்தார்கள். இப்போதே ஆஸ்பத்திரியை விட்டு வெளியேற வேண்டுமென்று சொன்னார்கள். எவ்வளவு சொல்லிப்பார்த்தும் கண்ணம்மாவின் அழுகையும் கேவலும் நிற்கவில்லை. அதற்குமேல் நர்ஸ்களால் பொறுத்துக்கொள்ள முடியவில்லை. கண்ணம்மாவை வெளியே நெட்டித்தள்ளி உள்ளே வரக்கூடாதென்றார்கள். அப்போது வந்து விழுந்தவள்தான், இந்த மரத்தடியிலேயே அழுதுகொண்டு கிடக்கிறாள். பொழுது விடியும்வரை இங்கேதான் இருந்தாக வேண்டும். இருக்க விடுவதே பெரிய விஷயம். இதில் அழுதுகொண்டும் சத்தம் போட்டுக்கொண்டும் மற்றவர்களைக் கஷ்டப்படுத்தக்கூடாது என்பது மாரியப்பனுக்குப் புரிந்திருந்தது. அவன் எப்போது பொழுது விடியுமென்று எதிர்பார்த்துக்கொண்டிருந்தான்.

விடியற்காலை நாலே முக்கால் மணி பஸ்ஸில் அவனுடைய அம்மா வருவாள், ஏதாவது பணம் பார்த்துத் தோதுபண்ணி கொண்டுவரச் சொல்லியிருந்தான். அவள் வந்தால்தான் இவர்கள் ஊருக்குப்போக முடியும். சட்டைப் பைக்குள் கையை விட்டுப்பார்த்தான். இரண்டு ரூபாயோ, மூன்று ரூபாயோ இருக்கும். சில்லறையாகக் கிடந்தது. மாரியப்பனுக்கு இயலாமையும் துக்கமும் நெஞ்சை அழுத்தியது. இதுமாதிரியெல்லாம் நடக்குமென்று யாருக்குத் தெரியும்?

நேற்று காலையிலேயே மாரியப்பனின் மூன்றரை வயது மகனுக்கு உடம்பு காய்ந்துகொண்டுதான் இருந்தது. அப்போதே கண்ணம்மா சொன்னாள்.

“புள்ளக்கி ஒடம்பு கொதிக்கிது பாருங்க...”

மாரியப்பனும் கழுத்திலும் நெற்றியிலும் கைவைத்துப் பார்த்துவிட்டு, “ஆமாம்.. என்ன இப்புடிக் கொதிக்கிறது? இப்ப என்ன செய்யிற?” என்றான்.

“இடுமானம் ஆஸ்பத்திரிக்குத் தூக்கிக்கிட்டுப் போயி ஊசி போட்டாரவா?” என்றாள்.

“ஆஸ்பத்திரிக்கிப் பெயிட்டு வந்து நடவுக்குப் பெயிரலாமா?”

“அது எப்படிப் போவமுடியும்? பத்து மணிக்குத்தான் ஆஸ்பத்திரியே தொறப்பாவோ. பண ஆஸ்பத்திரின்னா எந்த நேரமுன்னாலும் பார்க்கலாம். காசில்லாம ஊசி போடணுமின்னாக்க காத்துக்கிட்டுத்தான் கெடக்கணும்.”

“அப்ப நீ வேலக்கிப் போவலங்குறியா?”

“வேற என்ன செய்யிற?”

“வருசமெல்லாமா வேல இருக்கு? இந்த நடவு நாளுல ஓடுனாத்தான ரெண்டுகாசு பாக்க முடியும்?”

“...”

“இன்னம் ரெண்டுநாளு ரெண்டியரும் ஓடுனமுன்னாக்க, அடவுக்கடயில வச்ச ஓம் மூக்குத்தியத் திருப்பிடலாமுல்ல.”

“அப்ப புள்ளய என்ன செய்யிற?”

“முக்குட்டுக் கடையில காப்பித்தண்ணியும் சொர மாத்திரையும் வாங்கியாரேன். வாயில போட்டுக் காப்பித்தண்ணியக் குடு. சரியாப் பொயிரும்.”

“...”

“நேத்து மழயில நனைஞ்சிக்கிட்டு வெளயாண்டான்ல. அதான் சொரம் வந்திருக்கு. சாயங்காலம் நடவு நட்டுப்புட்டு வரக்குள்ள நாலஞ்சி பீநண்டு புடிச்சா. நச்சிப் போட்டு ரசம் வச்சி ரெண்டுவேள குடுத்தாக்க எல்லாம் சரியாப் பெயிரும்” என்றான்.

கண்ணம்மாவுக்கு மகனை விட்டுவிட்டுப்போக மனம் ஒப்பவில்லை. இருந்தாலும் மாரியப்பன் சொல்வதில் உள்ள நியாயத்தை உணர்ந்தவளாக நடவுக்குக் கிளம்பிச் சென்றாள்.

காவிரியில் தண்ணீர் திறந்துவிட்டால் சுற்றுப்பட்டு ஊர்களின் கோட்டகமெங்கும் விவசாயம் நடக்கும். குறுவையும் தாளடியுமென இரண்டுபோகம் பயிர் செய்வார்கள். ஆடியில் தொடங்கி உழவு, சேறடியல், நாற்றெடுப்பு, நடவு, களையெடுப்பு, அறுவடை, போரடியல் என்று மாசி பங்குனி வரை தொடர்ந்து ஆண்களுக்கும் பெண்களுக்கும் வேலையிருந்துகொண்டே இருக்கும். ஆனால் இப்போதுதான் வாய்க்கால்களெல்லாம் வறண்டு கிடக்கிறதே. பின் எங்கேயிருந்து உழுவது? நடுவது? தோப்புகளில் நாற்றுவிட்டு, குளம் குட்டைத் தண்ணீரை என்ஜின் போட்டு இறைத்து, வளர்த்து வைத்திருந்த சிலபேர் மட்டும் மழையை நம்பிக் கோட்டகங்களில் நடுகிறார்கள்.

பேய்ந்து விளைந்தாலும் உண்டு, காய்ந்து கருகினாலும் உண்டு, வருவது வரட்டுமென்று துணிந்து கொல்லையில் கொட்டுபவர்கள் சிலபேர்தான். இவர்களின் கொல்லைகளில் மிஞ்சிப்போனால் பத்து நாள்களுக்கு மேல் வேலையிருக்காது. இந்த வேலையைச் செய்வதற்கும் நான் நீயென்று சனங்கள் போட்டி போட்டுக் கொள்வதுதான் வேதனையிலும் வேதனை.

கண்ணம்மா சேர்ந்திருந்த செட்டுப்பெண்கள் சுறுசுறுப்பாக வேலை செய்யக்கூடியவர்கள். எனவே இவர்களுக்கு மூன்று நாள்களாகத் தொடர்ந்து நடவு கிடைத்தது. இன்னும் இரண்டு மூன்று நாள்கள் செய்வதற்கும் வாய்ப்பிருந்தது. ஒருநாளைக்குப் போகவில்லை என்றாலும் மறுநாள் அந்த இடத்தைப் பிடிப்பது சிரமமாகிவிடும்.

கோட்டகத்தில் நடவு. சிறுகச் சிறுகப் பெய்த மழையில் ஈரம் கட்டிச் சேறு கிளம்பியிருந்தது நிலம். புற்களும் நீர்முள்ளிச் செடிகளும் முளைத்திருந்தன. வெடிப்புகளில் புதையுண்டு கிடந்த நத்தைகள் ஈரம் பார்த்து மேலே வந்து தண்ணீர் நின்ற வரப்பு இடுக்குகளிலும் குழிகளிலும் முட்டையிட்டிருந்தன. வயல்களில் புற்களுக்கிடையே சிறிய சிறிய நண்டுகள் அங்குமிங்குமாக அலைந்துகொண்டிருந்தன. நடவு முடிந்து வீட்டிற்குத் திரும்புகையில் சிறு நண்டுகளைத் தேடித்தேடிப் பிடித்து மடிக்குள் போட்டுக்கொண்டாள் கண்ணம்மா.

நைலக்ஸ் புடவையில் சரசரவென அங்குமிங்கும் ஓடிய நண்டுகள் புடவை மடிப்பினூடாக இடுப்புக்குள் நுழைந்தன.

“சீ... சனியனுவொள மடிக்குள்ள போட்டா செவனேன்னு கெடக்க வேண்டியான? ஒங்கள என்ன செய்யிறம் பாருங்க” என்றவாறே அவற்றின் கால்களை ஒடித்துப்போட்டாள். முடமான நண்டுகள் மொரமொரவென்று சத்தம் எழுப்பியவாறு மடிக்குள் கிடந்தன. வீட்டிற்குப் போனவுடன் இந்த நண்டுகளைத் தட்டிப்போட்டு ரசம் வைத்து மகனுக்குக் கொடுக்கவேண்டுமென்று நினைத்தவளாய் நடையை எட்டிப்போட்டாள். வேகமாய் வந்து வீட்டிற்குள் பார்த்தவள் அதிர்ச்சியில் உறைந்து போனாள். நினைவு தப்பியவனைப் போலக்கிடந்தான் அவளுடைய மகன். கிட்டே நெருங்க முடியாத அளவுக்கு உடம்பு கொதித்தது. சுர வேகத்தில் உடம்பு தூக்கித் தூக்கிப் போட்டது.

“ஐயோ தெய்வமே!” என்று சத்தம் போட்டாள்.

மாரியப்பனும் அப்போதுதான் வந்து சேர்ந்தான். நாற்றடியல் வேலை சற்று முன்னதாகவே முடிந்துவிட்டபோதும் நின்று கூலி வாங்கிக்கொண்டு வர இவ்வளவு நேரமாகிவிட்டது.

பிள்ளையைப் பார்த்ததும் திடுக்கிட்டான். கொஞ்சமும் தாமதிக்காமல் தூக்கித் தோளில் போட்டுக்கொண்டு ஓடினான். ஒரு செம்பையும் டம்ளரையும் எடுத்து மஞ்சள் பைக்குள் போட்டுக்கொண்டு பின்னாலேயே ஓடினாள் கண்ணம்மா. நல்லவேளையாக ஏழரைக்கு வரும் பஸ் தாமதமில்லாமல் அன்று சரியான நேரத்திற்கு வந்தது. திருத்துறைப்பூண்டி அரசாங்க ஆஸ்பத்திரிக்குப் போய்ச்சேர எட்டு எட்டரையாகிவிட்டது. அதற்குள் பிள்ளைக்குப் பாதி உயிர் போய்விட்டதென்றுதான் சொல்ல வேண்டும். இவர்கள் போன நேரத்தில் டாக்டர்களோ, நர்சுகளோ ஆஸ்பத்திரியில் இல்லை. மூலை முடுக்கெல்லாம் தேடி ஓடினான் மாரியப்பன். இரண்டு நர்சுகள் மட்டும் சாவகாசமாய் ஓர் அறையில் உட்கார்ந்து சாப்பிட்டுக்கொண்டிருந்தார்கள்.

நிலைமை மிகவும் மோசமாகியிருப்பதை எடுத்துக்கூறியும், ‘நைட் டூட்டி பார்க்கும் டாக்டர் இன்னும் சிறிது நேரத்தில் வந்துவிடுவார். இவ்வளவு மோசமான கேஸை எங்களால் பார்க்க முடியாது’ என்று மறுத்துவிட்டார்கள்.

கண்ணம்மா அவர்களின் கால்களில் விழுந்து கதறினாள். மாரியப்பனும் பரிதாபமாகக் கெஞ்சினான். மனமிரங்கியவர்களாய் பிள்ளையைத் தூக்கிக்கொண்டுபோய்க் கிடத்தி சிகிச்சையை ஆரம்பித்தார்கள்.

வேண்டாத தெய்வங்களையெல்லாம் வேண்டிக்கொண்டிருந்தாள் கண்ணம்மா. இனிமேல் பிள்ளையைக் காப்பாற்றிவிடலாமென்று நினைத்தான் மாரியப்பன். வெகுநேரத்திற்குப் பிறகு செம்பை எடுத்துக்கொண்டுபோய் இரவுக்கடையொன்றில் இரண்டு டீயும் பன்னும் வாங்கி வந்தான். கண்ணம்மாவும் மாரியப்பனும் ஆளுக்கொன்றாய் டீயில் நனைத்துத் தின்றார்கள்.

ஊசி போட்ட மயக்கத்தில் பிள்ளை தூங்குவதாக எண்ணி கண்ணம்மா தரையில் தலை சாய்த்தாள். மாரியப்பன் ஆஸ்பத்திரி வராண்டாவில் துண்டை விரித்துப்போட்டுக் கால்களை நீட்டினான். வேலை செய்த அசதியில் இருவரும் சற்று தூங்கிப்போனார்கள். திடுக்கிட்டுக் கண் விழித்துப் பார்த்தபோதுதான் தெரிந்தது பிள்ளை இறந்துபோய்க் கிடப்பது. அதற்குமேல் அடித்துக்கொண்டு அழுவதால் என்ன புண்ணியம்?

மாரியப்பனின் அம்மா அவன் எதிர்பார்த்தது போலவே நாலேகால் மணி பஸ்ஸுக்கு வந்தாள். கொஞ்சம் கனமான காது அறுந்த பையொன்றை சுருட்டிப்பிடித்துக்கொண்டு வந்தாள். பைக்குள் பாத்திரமிருந்தது. எந்த நேரத்தில் எழுந்தாளோ தெரியவில்லை. சோறு வடித்து, புளிரசம் வைத்துக் கிளறிக்கொண்டு வந்திருந்தாள். பிள்ளைக்கு மட்டும் கடையில் இட்லி வாங்கிக்கொடுத்துக்கொள்ளலாம் என்பது அவளின் கணக்கு.

தாயைக் கண்டவுடன் மாரியப்பன் தேம்பித்தேம்பி அழுதான். அவளுக்கு ஒன்றுமே புரியவில்லை. “என்னடா தம்பி?” என்று தழுதழுத்தாள் கிழவி.

“யாம்புள்ள பெயிட்டாம்மா” என்று ஓங்கி ஓங்கித் தலையிலடித்துக்கொண்டான்.

“ஐயோ!” என்று ஒரு பாட்டம் அழுது களைத்தாள் கிழவி. ஆஸ்பத்திரியில் துப்புரவு செய்யும் ஆளொருவன் வந்து விரட்டினான். மகனைத் தூக்கித் தோளில் போட்டுக்கொண்டு நடந்தான் மாரியப்பன். மருமகளைத் கைதாங்கி எழுப்பிவிட்டாள் கிழவி. மாரியப்பனின் தோளில் துவண்டுபோய்க்கிடக்கும் தன் மகனின் தலையை ஓடிப்போய் ஏந்திப்பிடிப்பதும், பின் கீழே விழுந்து அழுவதுமாகத் தெரு நெடுகிலும் ஓலமிட்டுக்கொண்டே போனாள் கண்ணம்மா.

பஸ் ஸ்டாண்டுக்கு வந்த மாரியப்பனுக்கு ஊருக்கு எப்படிப் போவதென்று புரியவில்லை.

“பணம் கொண்டாந்தியாம்மா?” என்றான்.

“பயிஞ்சி ரூவா இருக்குடா?” என்றாள் கிழவி.

கார் எடுத்துக்கொண்டு போக வேண்டுமென்றால் இருநூற்றைம்பது ரூபாயாவது வேண்டும். ஆட்டோவைக் கூப்பிட்டால்கூட நூற்றைம்பது ரூபாய்க்குக் குறைந்து வரமாட்டான். பதினைந்து ரூபாயை வைத்துக் கொண்டு என்ன செய்ய முடியும். திகைத்துப்போய் சிறிது நேரம் அப்படியே நின்றான்.

“அம்மா, நீங்க ரெண்டியரும் அழுது ரெகள பண்ணாதிய. புள்ளய மடில போட்டுக்கிட்டு நம்ம பஸ்ஸுலேயே பெயிருவம்” என்றான். கிழவிக்கும் அதுவே சரியென்று தோன்றியது. மருமகளின் தலையைக் கைகளால் வாரிக்கட்டிவிட்டாள்.

“கையில காசில்ல. செத்த புள்ளய பஸ்சுல ஏத்த மாட்டானுவ. நீ அளுவாம வந்தியன்னாக்க பஸ்சுலேயே பெயிரலாம். இல்லாட்டி இஞ்சயே கெடக்க வேண்டியதுதான். அளுவாம ஏறி வா” என்று பஸ்சில் ஏற்றிவிட்டு, ஒரு சீட்டில் தன் ஓரமாய் உட்கார வைத்துக்கொண்டாள். பிள்ளையுடன் மாரியப்பன் இரண்டு இருக்கைகள் தள்ளி மறுபுறத்தில் உட்கார்ந்துகொண்டான். தூங்கும் பிள்ளையை அணைப்பது போல் அணைத்துப் பிடித்திருந்தான். துண்டை உடம்பில் போட்டு மூடியிருந்தான்.

துக்கத்தைத் தொண்டைக்குள் அடக்கிக்கொண்டு, இருந்த காசைக்கொடுத்து பிள்ளைக்கும் சேர்த்து மூன்றரை டிக்கெட் எடுத்தான்.

மருமகளைத் தன்னுடைய பிடிக்குள் வைத்திருக்கவேண்டிய கட்டாயத்தை உணர்ந்தவளானாள் கிழவி. தன் சோகத்தையெல்லாம் ஒதுக்கி வைத்துவிட்டு மருமகளின் மீதே கண்ணாயிருந்தாள். கண்ணம்மாவை பார்க்கப் பார்க்க கிழவிக்கு வேதனையாக இருந்தது.

மிகவும் களைத்துக் காதடைத்துப்போய், அழுதழுது பேசவும் தெம்பற்றுப் போயிருந்தாள் கண்ணம்மா. நேற்று நடவு நட்டபோது தெறித்த சேறு முகத்திலும் கழுத்திலும் துணிமணியிலும் புள்ளி புள்ளியாய்க் காய்ந்துபோயிருந்தது. நிமிர்ந்து உட்காரவும் வலுவற்றவளாய் இருக்கையில் மயங்கிச் சரிந்து கிடந்தாள்.

“இன்னம் கொஞ்ச நேரந்தான். எறங்குற வரக்கிம் முண்டாம இருந்தியன்னா, ஒனக்குப் புண்ணியமாய்ப் போவும்” என்று கண்ணம்மாவின் காதோரம் அவ்வப்போது முணுமுணுத்துக்கொண்டே வந்தாள் கிழவி.

பஸ் நான்கைந்து ஊர்களைக் கடந்திருந்தது. கண்மூடி மயங்கிக்கிடந்தவள் சாமி வந்தவளைப்போல் திடீரென்று எழுந்தாள். கிழவி சுதாரித்துக்கொண்டு பிடித்து அழுத்தி உட்கார வைப்பதற்குள், “ஐயோ.. நாம்பெத்த தங்கமே..” என்று அலறிக்கொண்டே மகனிடம் பாய்ந்தாள் கண்ணம்மா. ஓடிக்கொண்டிருக்கும் பஸ்சில் நிலைதடுமாறி

விழுந்தாள். இருக்கையொன்றின் பக்கவாட்டில் நீட்டிக்கொண்டிருந்த கம்பியில் போய் தலை மோதியது. தலையில் குத்திப் பொத்தல் போட்டது. குபுக்கென்று வந்த ரத்தத்தில் ஒரு பக்கக் கன்னமும் காதும் துணிகளும் நனைந்தன.

பஸ் நின்றது. பஸ்சிலிருந்த எல்லோரும் அனுதாபப்பட்டார்கள். ஆனால் ஒருவரும் உதவ முன்வரவில்லை. பஸ்சிலிருந்து இறக்கி விடப்பட்டார்கள். வேறொரு சந்தர்ப்பமாயிருந்தால் தன்னை ஏமாற்றியதற்காக நடத்துநர் வசை பாடியிருப்பார்.

நடுவழியில் திகைத்துப்போய் நின்றான் மாரியப்பன். அவனுக்கு தன்னுடைய மகன் இறந்த துக்கத்தைக் காட்டிலும் மனைவி மீது ஏற்பட்ட கோபமே அதிகமானது. கிழவி தன் அழுகையினூடே தைரியம் சொல்லி இருவரையும் அழைத்துக்கொண்டு போனாள். பாண்டியில் டீக்கடைகள் நான்கைந்து அங்கொன்றும் இங்கொன்றுமா யிருந்தன. ஒரு கடையில் தன் கஷ்டத்தைச் சொல்லியழுதாள் கிழவி.

பிள்ளை செத்த இரண்டாம் நாள், குடிசையின் ஓர் ஓரத்தில் விளக்கு எரிந்துகொண்டிருந்தது. பக்கத்தில் பிள்ளையின் துணிமணிகளும் உடைந்துபோன ஓரிரண்டு விளையாட்டுப் பொருள்களும் வைக்கப்பட்டிருந்தன. அவற்றையே வெறித்துப் பார்த்துக் கொண்டிருந்தாள், ஒரு மூலையில் சுருண்டுகிடந்த கண்ணம்மா.

குடிசைக்குள் நுழைந்த கிழவி மெதுவாக அவளுடைய தோளைத்தொட்டு அசைத்தாள். "இப்படியே அழுதுக்கிட்டு கெடந்து என்ன செய்யப்போற? செத்த புள்ள திரும்பியா வரப்போவுது? அடஞ்சி கெடந்தா புள்ள நெனப்பு வந்துக்கிட்டுத்தான் இருக்கும். எளும்பு. எல்லோரும் நடவுக்குப் போறாவோ பாரு. அவ்வொளோட நீனும் போ. வேல நெனப்புல எல்லாம் மறந்து பெயிரும். வேலை வெட்டி செஞ்சாக்க மனசுக்கு செத்த ஆத்தியா இருக்கும்."

"…"

"அதோட நாளதெறிச்சி அந்த டீக்கடைக்கார மவராசனுக்கு பணத்தத் திருப்பிக் குடுக்கணுமில்லே. எளும்பு. அளுதளுதும் புள்ளய அவதாம் பெறணுமுங்குறமேரி பட வேண்டியத நம்ம பட்டுத்தான ஆவணும். வேற யாரு வந்து ஏந்துகிடப் போறாவோ, எளும்பு" என்றாள்.

கிழவியின் வார்த்தைகளிலிருக்கும் உண்மையை உணர்ந்தவளாக எழுந்தாள். கூஜாவில் கொஞ்சம் தெளிவு தண்ணீரை ஊற்றி உப்புப்போட்டு எடுத்துக்கொண்டாள். தெருவில், 'இன்று வேலை கிடைக்க வேண்டுமே' என்ற பரபரப்புடன், ஓட்டமும் நடையுமாகப் போய்க்கொண்டிருந்தார்கள் நடவு நடப்போகும் பெண்கள். அவர்களுடன் கண்ணம்மாவும் சேர்ந்து கொண்டாள்.

சாமுண்டி

தன்னைத் துரத்திவரும் கும்பலிடமிருந்து எப்படியாவது தப்பிவிட வேண்டுமென்று நினைத்து வேகமாக நகர்ந்தாள் கனகம். காட்டாமணக்கு புதருக்குள் நுழைந்துவிட்டாள். வேர்க்கட்டையோடு கட்டையாக சருகுக்குள் நுழைந்துகொண்டாள். இப்போது யாரும் தன்னைக் கண்டுபிடிக்க முடியாதென்று நினைத்தவளுக்கு சற்று ஆறுதலாயிருந்தது. இப்படியே கிடந்துவிட வேண்டியதுதான். உடம்பைக் குறுக்கி கயிறுபோல சுருட்டிக்கொண்டாள். புதரைச் சுற்றிலும் கும்பலின் கூச்சல் சத்தம் கேட்டுக்கொண்டிருந்தது.

"ஏய் வுட்டுறாதியடா. இஞ்சதான் எங்கயாவுது இருக்கும்" என்றான் கூட்டத்தில் நின்ற ஒருவன்.

கனகம் தலையை மட்டும் சற்றுமேலே தூக்கி எட்டிப் பார்த்தாள். ஆளுக்கொரு கழிக்கம்புடன் நின்றுகொண்டிருந்தது கூட்டம்.

'அய்யய்யோ... இவ்வொ கண்ணுல அம்புட்டம் அவ்வளவுதான்.' சீவமரண போராட்டத்தில் சிக்கிக்கொண்ட கனகத்திற்கு நெஞ்சு படபடத்தது. இன்னும் கொஞ்சம் சுருண்டு கொண்டாள். கும்பலில் நீண்ட குச்சியை வைத்திருந்தவன் புதருக்குள் குச்சியைவிட்டு ஆங்காங்கே குத்தியும் சருகை சீய்த்தும் பார்த்தான். வயிற்றுக்கண்டத்திற்கு நேராய் கூரிய அக்குச்சி குத்தியது.

"வலிய தாங்கிக்கிட்டுத்தான ஆவணும்." பல்லைக் கடித்துக் கொண்டு கிடந்தாள். சற்று நேரத்தில் குச்சியை இழுத்துக் கொண்டான் அவன். 'அப்பாடா'. நிம்மதியாயிருந்த வேளையில் சரக்கென்று கண்ணில் வந்து குத்தியது குச்சி.

"உஸ்" என்று சீறிக்கொண்டு எழுந்தாள் கனகம்.

"இஞ்சருக்கு.. இஞ்சருக்கு.." கூச்சல் போட்டவாறு சூழ்ந்து கொண்டது கும்பல். அவர்களின் கைகளிலிருந்து அத்தனை குச்சிகளும் சரமாரியாக கனகத்தின் மீது இறங்கின.

"அய்யோ. என்னைய அடிக்காதியளேன். அடிக்காதியளேன். அய்யோ அம்மா என்னால தாங்கமுடியலயே."

கனகத்தின் அலறல் சத்தம் கேட்டு சாப்பிட்டுக்கொண்டிருந்த அவளுடைய மகன் குமார் ஓடிவந்தான். பின்னாலேயே அவனுடைய

மனைவி ராணியும் ஓடிவந்தாள். வீட்டிற்குப் பக்கத்திலிருந்து பூவரசமர நிழலில் ஓலைப்பாயை போட்டுப் படுத்திருந்த கனகம், தன் உடம்பை வளைத்தும் நெளித்தும் இப்படியும் அப்படியுமாகப் புரண்டபடி வேதனையின் உச்சத்தில் வதைபட்டுக்கொண்டிருப்பவளைப் போல் துடித்துக்கொண்டிருந்தாள்.

“அம்மா.” அதட்டும் குரலில் கூப்பிட்டான் குமார்.

புரள்வதும் புலம்புவதும் சட்டென்று நின்றுபோனது.

“என்னம்மா பட்டப்பகல்ல கனவுகினவு எதாவுது கண்டியா, இப்புடி சத்தம் போடுற?” தன் தாயையே பார்த்தபடி கேட்டான்.

இதுவரை அனுபவித்த வேதனையின் வலி இம்மியும் குறையாத வளைப்போல மெதுவாக எழுந்து உட்கார்ந்தாள். அவளுடைய கை கால்களும் உடம்பும் மெள்ள நடுங்கிக்கொண்டிருந்தது. முகம் பயத்தால் வெளிறிப்போயிருந்தது.

“என்னம்மா?” என்று கனிவோடு கேட்டவாறு அவளின் பக்கத்தில் உட்கார்ந்தான் குமார்.

“யாராரோ சேந்துக்கிட்டு என்னய தொரத்தித் தொரத்திப் போட்டு அடிச்சாவொடா.”

“யாரும்மா.”

“யாருன்னே தெரியல.”

“...”

“தலயில ஒரு அடி வாலுல ஒரு அடி.”

“என்னால தலயயும் தூக்க முடியல, வாலையும் நவத்த முடியல.”

“...”

“ஒடம்பெல்லாம் தெறிச்சிப் போவுது.”

“...”

“நா யாரயும் கடிக்கல, யாரூட்டுக்குள்ளயும் நொழஞ்சி பயமுறுத்தல.”

“...”

“என்னய அடிக்க வேண்டாமுன்னு சொல்லுடா.” கெஞ்சியவள் மிகவும் களைத்துப் போனவளாக மறுபடியும் கவிழ்ந்து படுத்துக் கொண்டாள்.

“அம்மா என்ன சொல்லுது?” என்றான் தன் மனைவியைப் பார்த்து.

பதிலேதும் சொல்லாமல் உதட்டைப் பிதுக்கினாள் அவள்.

"இன்னமும் தூக்கக் கலக்கம் தெளியல போலருக்கு" என்றான்.

"க்கூம்" நொடித்தபடி வீட்டிற்குள் போனாள் ராணி. குமாருக்கு ஏனோ தன் தாயை நினைத்து கலக்கமாகவே இருந்தது. ராணியின் பின்னாலேயே வீட்டிற்குள் சென்றவன், "அம்மா கெட்ட கனவு எதாவுது கண்டுருக்குமுன்னு நெனக்கிறேன்" என்றான்.

"இன்னக்கித்தான் புதுசா கனவுகண்டு பொலம்புறாவொளாக்கும் ஒங்கம்மா. வாரம் பத்துநாளா தெனமும் இதே ரெகளதான்" என்றாள் வேறு பக்கமாக முகத்தைத் திருப்பிக்கொண்டு.

"நெசமாவா சொல்லுற?"

"..."

"இத யாங் என்னக்கிட்ட இத்தன நாளாச் சொல்லல?" என்றான் அதிரும் குரலில்.

"என்னன்னு சொல்லுற?"

"அம்மாவுக்கு ஒடம்பு கிடம்பு சௌரியமில்லயா?"

"ஆமா முடியலதான் ஒங்கம்மாவுக்கு. இங்குன கெடக்குறத்த அங்குன எடுத்துப்போட முடியல. ஒழுங்கா திங்க முடியல. யாரகொடயும் பேச முடியல."

"..."

"பொழுதேனக்கிம் குப்புறப் படுத்துக்கிட்டு குலுங்கிக் குலுங்கி அழுவமட்டும் முடியுது. கனவு கண்டமேரி கத்தி பயமுறுத்த முடியிது."

"..."

"எல்லாம் நடிப்பு."

"அடி செருப்பால. என்னடி பேசுற நீ? எங்கம்மா எதுக்குடி நடிக்கணும்?" என்று கையை ஓங்கிக்கொண்டு போனான்.

அடி தன்மீது படாதவாறு வெடுக்கென்று ஒதுங்கியவள், "அத ஒங்கம்மாகிட்டத்தான் கேக்கணும். என்னக்கிட்ட கேட்டா?"

"சரிதான் போடி" என்று விரட்டினான்,

ஏழெட்டு நாட்களாகவே கனகம் ஒரு மாதிரியாகத்தான் இருக்கிறாள். யாரிடமும் சரியாகப் பேசுவதில்லை. சாப்பாடும் ஏனோ

தானோவென்றுதான். யார் எது கேட்டாலும் ஒட்டுதல் இல்லாமல் விட்டேத்தியாய் பதில் சொன்னாள். வழக்கமாக அவள் செய்யும் வேலைகளைக்கூட அவளால் சரிவர செய்ய முடியவில்லை.

குமார் மறுபடியும் தன் அம்மா படுத்திருந்த இடத்திற்கு வந்தான்.

நீட்டுப்போக்கான அந்த ஓலைப்பாயின் நாலாபக்கமும் வெறுமையாய் கிடக்க அதன் நடுவில் அளவுக்கதிகமாக தன் உடம்பைக் குறுக்கிக்கொண்டு விநோதமாகப் படுத்திருந்தாள் கனகம். கல்யாணமான இந்த ஏழெட்டு மாதங்களில் நாம் அம்மாவை சரிவர கவனிக்காமல் போய்விட்டோமோ என்ற சந்தேகம் எழுந்தது. கல்யாணம் ஆகும்வரை குமாருக்கு எல்லாமே அவன் அம்மாதான். ஆனால் எப்படி நாம் உடனே மாறிப்போனோம் என்று தோன்றியது. பாவம் அம்மா, அதற்கு நம்மை விட்டால் வேறு யார்தான் இருக்கிறார்கள் என்று நினைக்க தன் அம்மாவின் மீது பாசமும் பரிவும் அதிகமானது.

கனகம் தன்னுடைய பதினெட்டு வயதிலேயே விதவையானவள். திருமணமான இரண்டு வருடத்திற்குள் ஒரு மகனைக் கொடுத்துவிட்டு செத்துப்போய்விட்டான் கனகத்தின் கணவன். நல்ல உடல்கட்டோடும் அழகோடும் இருந்த கனகம், தன்னுடைய நான்கைந்து அண்ணன் தம்பிகளின் கட்டுப்பாட்டிற்குள் வரவேண்டியதாகிவிட்டது. கனகத்திற்கு கச்சைகட்டத்தான் ஆளிருந்ததே தவிர கஞ்சி ஊற்ற யாருமில்லை. தன் மகனை வளர்ப்பதற்காகக் கூலி வேலை செய்தாள். அவளுடைய அண்ணன் தம்பிகளையும் இந்த விசயத்தில் குற்றம் சொல்ல முடியாது. அவர்களுமேகூட வறுமையோடுதான் போராடிக்கொண்டிருந்தார்கள். அவர்களிடமிருந்து காசு, பணம், சாப்பாடு, துணிமணி இவைகள்தான் கிடைக்கவில்லையே தவிர, அண்ணன் பெண்டாட்டிகளின் ஏச்சுக்களுக்கும் கிண்டல் கேலிகளுக்கும் குறைச்சலில்லை. குமாருக்காக அனைத்தையும் ஏற்றுக்கொண்டாள் கனகம். அவனை பனிரெண்டாம் வகுப்புவரை படிக்கவைத்தாள்.

‘இதுக்குமேல என்னால படிக்கவக்க முடியாடா தம்பி. படிச்சவ்வொல்லாம் கெவுருமண்டு வேலக்கா போறாவோ? ஓம் புத்தி, கருத்தக்கொண்டு நீதான் எதாவது வேலவெட்டிய, தேடிக்கிடணும்’ என்று சொல்லிவிட்டாள். யார் யாரையோ போய்ப் பார்த்து டவுனில் இருக்கும் தானியக்கிடங்கு ஒன்றில் மூட்டை தூக்கும் வேலையிலும் சேர்ந்துவிட்டான். விவசாயக்கூலி வேலை செய்வதைக்காட்டிலும் ஓரளவு கூடுதலாய் இந்த வேலையில் ஊதியம் கிடைத்தது.

குமாருக்கு இருபது வயது ஆன உடனேயே கல்யாணத்தைச் செய்து வைத்துவிட்டாள் கனகம். அவனுடைய கல்யாணத்திற்குப் பிறகு குடும்பத்தின் பொறுப்புகளிலிருந்து சற்று ஒதுங்கியவள் போலவே நடந்துகொண்டாள். வீட்டில் சோறாக்குவது முதற்கொண்டு கொல்லையில் விதைப்பது வரையிலான எந்த விசயத்திலும் அவள் தன்னுடைய விருப்பம் எதையும் தெரிவிப்பது கிடையாது. அவனாக வந்து அவளைக் கேட்கும்போதும். 'இன்னமும் யாண்டா தம்பி என்னகிட்ட கேட்டுக்கிட்டு? நீயாச்சி ஒம் பொண்டாட்டியாச்சி. ஒங்களுக்கு சம்மதப்பட்டத செஞ்சிப்புட்டுப் போங்களேன். எனக்கென்ன வேணும்? பீத்த மொறத்துக்கு சாணியும் கெழக்கொடலுக்கு சோறும் பாவோ எனக்கு வேண்டியது ரெண்டு வேள சோறு. குடுத்தாலும் திம்பன், குடுக்காட்டியும் சுருட்டிக்கிட்டு சும்மாவே கெடந்துடுவேன்' என்று விட்டேத்தியாய் பதில் சொல்லுவாள். கனகம் சொல்வதுபோல் அவள் ஒன்றும் கிழவியில்லை. கடமைகளை முடித்துவிட்டால் வயதாகிவிடுமா, இன்றைக்கெல்லாம் மிஞ்சி மிஞ்சி போனாலும் நாற்பதைத் தாண்டாது. இதையெல்லாம் குமார் நினைத்துப்பார்க்கவே செய்தான். நம் அம்மா வாழ்க்கையில் எவ்வளவோ அடிபட்டு களைத்துப்போய்விட்டது. இதற்கு மேலும் பாரத்தைச் சுமக்க வேண்டாமென்று நினைக்கிறதோ என்று எண்ணினான். அதற்குமேல் கனகத்திற்கு எந்தவிதமான தொல்லையும் கொடுத்துவிடக்கூடாது என்பதில் கவனமாயிருந்தான். ஆனால் இப்படியாகுமென்று அவன் சிறிதும் நினைத்துப்பார்க்கவில்லை.

கனகத்தையே பார்த்தவாறு அவளின் பக்கத்தில் உட்கார்ந்தான். வீட்டிற்குள்ளிருந்து இதைக் கவனித்த ராணி அவனை மெதுவாகக் கூப்பிட்டாள். ஆனால் அவனோ அவளைக் கண்டுகொள்ளாதவனைப்போல அப்படியே உட்கார்ந்திருந்தான், அவனருகில் அவளே வந்தாள்.

"இஞ்ச பாருங்க, விசயத்த என்னன்னு தெரிஞ்சிக்கிடாம நீங்கபாட்டுக்கு ஒக்காந்துருக்காதிய துக்குறி புடிச்சமேரி" என்றாள்.

"என்னடி பெரிய விசயம்? எங்கம்மாவப்பத்தி எதாவது பேசுனாத்தான் ஒனக்கு தூக்கம் வரும்" என்றவாறே எழுந்து போனான்.

"என்னயப் பாத்து அப்புடிச் சொன்னியலுன்னாக்க ஒங்க நாக்கு அழுவிப்பெயிரும், ஆமா."

அவளை முறைத்தபடி எதுவும் பேசாமல் நின்றான் குமார்.

"அந்த மேலத்தெருக் கெழவி என்னக்கி வந்துட்டுப்போச்சோ அன்னக்கி ஆரம்பிச்சதுதான் இதெல்லாம்."

"..."

"எல்லாம் அந்தக் கெழவியால வந்தது."

"எந்தக் கெழவி வந்திச்சி?"

"அந்தச் சாமுண்டி கெழவிதான்."

"..."

"ரெண்டியரும் நும்பநேரம் குசுகுசுன்னு என்னமோ பேசிக் கிட்டிருந்தாவோ."

"..."

"போவக்குள்ள ஒங்கம்மா தலயில துன்னூறப் போட்டு நெத்திலயும் பூசிவுட்டுச்சி அந்தக் கெழவி."

"அப்பயே நெனச்சிக்கிட்டன். என்னமோ வெனய வச்சிட்டுத்தான் போவப்போவுதுன்னு. இப்ப நடந்து பெயிட்டுப் பாத்தியளா?"

அவள் என்ன சொல்லுகிறாளென்று ஒன்றும் புரியவில்லை குமாருக்கு. சாமுண்டிக் கிழவியைப் பற்றி ஏதோ கொஞ்சம் தெரிந்துதான் வைத்திருந்தான். இருந்தாலும் ஆண்கள் யாரும் சாமுண்டியைப் பற்றி பேசிக்கொள்வதில்லை.

"அந்தக் கெழவி என்னத்தைப் பண்ணிப்புட்டு போயிருக்கு முங்குற" என்றான் ஒருவிதத் தயக்கத்தோடு.

"ஆம்புளைவொக்கிட்ட சொல்லுற விசயமில்ல இது. சொன்னாலும் ஒங்களுக்கு எங்க புரியப்போவுது" என்றவள் தன் வேலைகளைச் செய்யத் தொடங்கினாள்.

உண்மைதான். சாமுண்டியின் கதை நம்புவதற்குச் சிரமமான கதைதான். வீடுகள் ஏதுமற்ற அந்தக் காட்டுப்பகுதியில் மாணிக்கராசா பாம்பும் சாமுண்டிப்பாம்பும் இணையாய் நீண்ட காலம் இருந்து வந்தன. ஒருநாள், வேட்டைக்குப்போன மாணிக்கராசா திரும்பி வரவில்லை. காட்டில் வேறு பாம்புடன் இணை கூடியிருக்குமோ என்று சந்தேகம் கொண்ட சாமுண்டி காடு மேடெங்கும் தேடியலைந்தது. கடைசியில் காட்டின் எல்லையோரமிருந்த ஒரு வேப்பமரத்தடியில் மாணிக்கராசா செத்துக்கிடப்பதைப் பார்த்துப் பதறியது. மாணிக்கராசாவை யாரோ சிலர் அடித்துக்கொன்று, தூக்கி வீசிவிட்டுப் போயிருந்தார்கள். இணையில்லாமல் தனித்திருக்க வேண்டிய துன்பத்திற்கு ஆளான சாமுண்டி அந்த மரத்தைச்சுற்றி

தரையில் கிடந்து புரண்டது. முட்டி மோதிக்கொண்டு அழுதது. பின்பு அந்த மரத்தடியிலயே நிரந்தரமாகத் தங்கிவிட்டது. காட்டின் ஓரமாயிருந்த ஊர்க்காரர்கள் தான் மாணிக்கராசாவை அடித்தார்கள் என்பது தெரிந்துபோனது சாமுண்டிக்கு. அப்போது பார்த்து, அந்த ஊரில் கணவனை இழந்துவிட்டு இளம் விதவையாய் நின்ற மீனாட்சி என்ற பெண்ணின் கனவில் வந்து தன்னுடைய கதையைச் சொல்லி அழுதது சாமுண்டி. தான் குடியிருக்கும் வேப்பமரத்தடியில் வெள்ளிக்கிழமைகளில் நடுநிசியில் பொங்கல் வைத்து, நிர்வாணமா நீயும் உன்னைப்போன்ற விதவைப்பெண்களும் ஆடியும் பாடியும் படைக்க வேண்டும் என்று சொன்னது சாமுண்டி. அப்படிச் செய்யாவிட்டால் இந்த ஊரில் பேர்சொல்லக்கூட ஆளில்லாமல் செய்துவிடுவேனென்றும் பயமுறுத்தியது.

சாமுண்டியைக் கனவில் கண்டு உடல் சிலிர்த்துப்போனாள் மீனாட்சி. சாமுண்டி சொன்ன எல்லாவற்றையும் அப்படியே நம்பினாள். சாமுண்டி பாம்பின் துன்பத்திற்கும் தன்னுடைய துன்பத்திற்கும் வேறுபாடில்லை என்பதையறிந்த மீனாட்சி தன்னைப்போல 'அறுத்த' இளம்பெண் சிலரை கூட்டிக்கொண்டு போய் கனவில் சாமுண்டி சொன்னதுபோலவே படையல் செய்தாள்.

சாம்பிராணிப் புகையின் நெடியில் அந்த நள்ளிரவுப் பூசையில் மீனாட்சி சாமுண்டியாகவே மாறிப்போனாள். பாம்பு சட்டையை உரிப்பதுபோல தன் ஆடைகளை உரித்துப்போட்டாள். வெற்றுடம்போடு தரையில் கிடந்து புரண்டாள். பின்பு எழுந்து ஆட ஆரம்பித்தாள். தன்னை மறந்த நிலையில் ஆட்டம் களைகட்டியது. மற்ற பெண்களும் கூட ஒருவித மயக்கநிலையை அடைந்தார்கள். இதுவரை அனுபவித்திராத ஆனந்தத்தையும் பரவசத்தையும் அனுபவிப்பவர்களைப் போலானார்கள். உற்சாகத்தில் தங்களுடைய நிலையை மறந்து வழிபாட்டில் கரைந்துபோனார்கள். அதற்குப்பிறகு இந்த வழிபாடு அவ்வப்போது தொடர்ந்து நடைபெற்றுக்கொண்டிருந்தது.

மீனாட்சியை மற்ற பெண்களெல்லாம் சாமுண்டி என்றே அழைக்கத் தொடங்கினார்கள். 'கட்டுக்கழுத்தியாக' வாழும் பெண்களுக்கும் திருமணமாகாத மற்ற பெண்களுக்கும் சாமுண்டி பற்றிய செய்திகள் அரைகுறையாய்த் தெரிந்துபோதிலும், யாரும் அந்தப் படையலைப் பார்க்க வேண்டும் என்றோ அதைப்பற்றி விசாரிக்கவேண்டுமென்றோ நினைப்பதில்லை. சொல்லப்போனால் சாமுண்டி பற்றி பேசவேகூட எல்லாரும் பயந்தார்கள். தங்களுடைய தாலிக்கு சோதனை வந்துவிடுமோ என்று அஞ்சினார்கள்.

கணவனைப் பறிகொடுக்கும் பெண்கள் பலபேர் தாமாகவே வந்து இந்த வழிபாட்டில் கலந்துகொண்டார்கள். 'அறுத்த' பெண்களின் கூட்டம் அதிகமாக அதிகமாக சாமுண்டிக்கு உற்சாகம் கூடிக்கொண்டே போனது. மந்திர சக்திக்குக் கட்டுப்பட்டதைப்போல அத்தனை பெண்களும் தனது பேச்சில் மயங்கிக் கட்டுப்பட்டுக் கிடப்பதை நினைத்து சாமுண்டி கர்வப்பட்டுக்கொள்ளும். ஆனால் இந்த நிலை தொடர்ந்து நீடிக்காமல் போய்விட்டது. நாட்கள் செல்லச் செல்ல அறுத்த பெண்களுமேகூட பலபேர் இந்த பூசைபற்றி பேசப் பயந்தார்கள். ஏனென்று காரணம் புரியாமல் போனது சாமுண்டிக்கு. கூட்டம் குறையக்குறைய சாமுண்டிக்குக் கவலை அதிகமானது. தானே சென்று வழிபாட்டிற்கு வராத பெண்களை நெருங்கி விசாரித்தாள். அப்போதுதான் அவளுக்கு சில உண்மைகள் தெரியவந்தது. அவர்கள் சாமுண்டியின் கால்களில் விழுந்து ரகசியமாக மன்னிப்பு கேட்டுக் கொண்டார்கள். 'சுத்தபத்தமில்லாத' தம்மால் அந்த விரத பூசையில் எப்படிக் கலந்துகொள்ள முடியும் என்று கேட்டுக் கலங்கினார்கள். யாரிடமும் இதைப்பற்றி சொல்லிவிடவேண்டாமென்றும் கெஞ்சி வேண்டிக்கொண்டார்கள். அதற்குப் பிறகு தானாக எந்தப் பெண்ணையும் பூசைக்கு அழைப்பதை விட்டுவிட்டாள். படிப்படியாகக் குறைந்துவந்த பெண்களின் எண்ணிக்கை ஒரு கட்டத்தில் சுத்தமாய் இல்லையென்றாகி விட்டிருந்தது. அப்போதெல்லாம் சாமுண்டிக் கிழவி தான் மட்டுமே சென்று அந்தப் பூசையை நடத்திக்கொண்டிருந்தாள்.

இப்போது சாமுண்டிக் கிழவிக்கு கண்பார்வை தெரியாமல் போய்விட்டது. நடமாட்டமாக இருக்கும்போதே தன் மீது ஏறியிருக்கும் சாமுண்டியை வேறு யார் மீதாவது ஏவிவிட்டு விட்டுத்தான் கண்ணை மூடவேண்டும் என்று நினைத்தாள். அதை ஏற்றுக்கொள்ளும் நிலையில் யாரிருக்கிறார்கள் என்று பல நாட்கள் யோசித்தாள். கனகத்தைத் தவிர சாமுண்டிக் கிழவிக்கு வேறு எவரின் நினைவும் வரவில்லை. எனவேதான் கனகத்தின் உடலில் ஏற்றிவிட விரும்பி அவளிடம் வந்து பேசிவிட்டுப் போனாள் கிழவி. கனகமும்கூட ஏதோ மந்திரசக்திக்குக் கட்டுப்பட்டவளைப்போல மறுப்பேதும் சொல்லாமல் எல்லாவற்றிற்கும் தலையாட்டிக்கொண்டே இருந்துவிட்டாள். அந்த பாதிப்பால்தான் தன்னை ஒரு பாம்பாக நினைத்து கனவுகண்டு அழுது புரண்டு ஆர்ப்பாட்டம் செய்து கொண்டிருக்கிறாள். இனிமேல் கிழவியின் உயிர்பிரியும் அடுத்த வினாடியே கனகத்தின் உடலில் சாமுண்டி வந்து ஏறிக்கொள்ளும். பிறகு கனகம் சாமுண்டியாகிவிடுவாள்.

கிழவி தான் நினைத்ததுபோலவே படுக்கையில் விழுந்துவிட்டாள். அன்ன ஆகாரம் எதுவும் இறங்கவில்லை. நாள் தவறாமல் கிழவியின் வீட்டிற்குச் சென்று படுக்கையில் கிடக்கும் கிழவியிடம் விபூதி போட்டுக்கொண்டு வந்தாள் கனகம், சாமுண்டிக்காகச் செய்யவேண்டிய தன்னுடைய கடமையை முழுமையாகச் செய்துவிட்டோமென்ற மனநிறைவோடு ஒருநாள் இரவில் நிரந்தரமாகக் கண்ணை மூடிவிட்டாள் கிழவி.

கிழவி செத்த மூன்றாம் நாள் வெள்ளிக்கிழமை. அன்று நடுநிசியில் வீட்டில் படுத்திருந்த கனகம் திடீரென்று எழுந்தாள். கனவில் நடப்பவளைப்போல நடந்தாள். மேடு பள்ளம், கல்லு முள்ளு எதையும் பார்க்காது நடந்தன அவளுடைய கால்கள். அந்த மையிருட்டு வேளையில் வேப்ப மரத்தின் கீழே போய் சிலைபோல நின்றாள். கனகத்தின் உடம்புக்குள் புகுந்திருந்த சாமுண்டிப் பாம்பு தன் சட்டையை உரிக்க ஆரம்பித்தது.

வதம்

வரம்பு உடைந்து ஒடுக்கு விழுந்த தட்டொன்றைக் கையில் பிடித்தபடி தெருவழியே நடந்துகொண்டிருக்கிறாள் அவள். வெளுத்துப்போன சரிகை பார்டர் வைத்த பாவாடையும் கருப்பும் சிவப்புமாய் கட்டம் போட்ட முழுக்கைச்சட்டையும் போட்டிருந்தாள். இதைப்போல இன்னும் இரண்டு மூன்று உடுப்புகள்கூட அவளிடம் உண்டு. எல்லாம் ஊர்சனங்கள் கொடுப்பது. கைகள் இரண்டிலும் நிறைய வளையல்களை மாட்டியிருந்தாள். சிறுசும் பெரிசுமாய் பல அளவுகளில் பலவிதமாக இருந்தன. அவையனைத்தும் தாங்கள் போட்டுக்கொள்ள முடியாததாலும் வெளுத்துப் போனதாலும் ஊர்ப்பெண்கள் கொடுத்தவை. இரண்டு வாரங்களுக்கு முன் அடித்த மொட்டை, புதிதாய் வளர்ந்திருந்த சின்னஞ்சிறு முடிகள் முட்களென குத்திட்டு நின்றன. அவளுக்கு வயது இருபத்தி இரண்டுதான் இருக்கும். உருண்டையான முகம். அளவான மூக்கு. கச்சிதமான உதடுகள். நல்லவிதமாக வளர்க்கப்பட்டிருந்தால் அழகான பெண்ணாக மிளிர்ந்திருப்பாள். பூச்சியரித்த பற்கள், சொத்தையும் சொள்ளையுமாக இருந்தன. அவளுக்கு வாய் பேசவும் வராது. ஐந்து வயதில் ஏற்பட்ட காய்ச்சலால் வலது கை கோணி, விளங்காமல் போனதோடு நாக்கு நரம்புகள் சுருண்டு, வாய் பேசவும் முடியாமல் போய்விட்டது. அவளை ஊமை என்றுதான் எல்லோரும் அழைத்தார்கள்.

பள்ளிக்கூடத்தில் இரண்டாவது மணி அடித்தது. முதல் மணியடித்த சத்தம் குறிஞ்சி வீட்டு மோட்டார் கொட்டகைச் சுவரில் எதிரொலித்தது. அதைக் கேட்டுத்தான் கிளம்பியிருந்தாள். ஊமையின் வசிப்பிடம் அந்த மோட்டார் கொட்டகைதான். பள்ளி நாட்களில் பள்ளிக்கூட சாப்பாட்டை வாங்கி சாப்பிடுவாள். மற்ற நாட்களில் சோறென்று கேட்டு யார் வீட்டு வாசலிலும் போய் நிற்கமாட்டாள். வழக்கம்போல தட்டோடு தெருவழியே போய்விட்டுத் திரும்பி வருவாள். மீந்த உணவிருந்தால் யாராவது கூப்பிட்டுப் போடுவார்கள். சோறு கிடைத்தாலும் கிடைக்காவிட்டாலும் தட்டை கொண்டுபோய் மோட்டார் கொட்டகையில் போடுவாள். அதற்குமேல் நிமிட நேரம்கூட அங்கு தாமதிக்கமாட்டாள். வயல்காட்டின் நடுவில் இருக்கும் காளியம்மன் கோவிலுக்கு ஓடிவிடுவாள். கூரைக் கொட்டகைக்குள்ளிருக்கும் காளியம்மன்தான் அவளுக்கு அம்மா, அப்பா, கூட்டாளி எல்லாம்.

காலடியில் அரக்கனொருவனைப்போட்டு மிதித்துக்கொண்டும் இன்னொரு அரக்கனை கைகளில் ஏந்தியும் நின்றிருப்பாள் காளி. தன் கோரைப்பற்களால் அவனைக்கடித்து ரத்தம் உறிஞ்சியபடி நிற்கும் அவள் முகம் ரௌத்ரத்தால் சிவந்திருக்கும். கழுத்தில் மண்டையோட்டு மாலை, மற்ற பத்துக் கைகளிலும் ஆயுதங்களென ஆக்ரோஷமாய் நிற்பாள் காளி. அவளை ஊமைக்கு ரொம்பப் பிடிக்கும். காளியை அவள் கையெடுத்துக் கும்பிடமாட்டாள். துணிச்சலாய் கிட்டேபோய் தொட்டுப் பார்ப்பாள். காளியின் முகத்தையும் கோரைப்பற்களையும் கைகளையும் கழுத்தையும் மண்டை ஓட்டு மாலையையும் ஆசையாய்த் தடவிப்பார்ப்பாள். கால்களில் மிதிபட்டுக் கிடக்கும் அரக்கனைப் பார்த்தால் மட்டும் அவளுக்கு கோபம் வந்துவிடும். தானும் அவனை மிதிமிதியென்று மிதிப்பாள். ஆத்திரம் தீர மிதித்த பிறகு காளியம்மனை கட்டிப்பிடித்துக்கொண்டு அழுவாள்.

சப்பரத்தின் மீதேறி நின்றுகொண்டு தானும் காளியாக மாறுபவள் அண்ட சராசரங்களும் அதிர்ந்திட சூரசம்ஹாரத்திற்கு கிளம்புவாள். காற்றைக் கிழித்து மின்னலென நீளும் அவள் பாதை, ஆத்துக்குறிச்சி கருப்பங்கொல்லையில் முடியும். பன்னிரண்டு கைகளாலும் தட்டா மாலை சுற்றி தன் காலுக்கடியில் போடுவாள் ஒருவனை. இன்னொருவனை கைகளில் ஏந்தி சம்ஹார தாண்டவம் ஆடுவாள்.

கீழே விழுந்து சப்பரத்தின் சக்கரத்தில் நெற்றியடிபட்டு ரத்தம் கசிய வெட்டி வெட்டி இழுக்கும் ஊமையின் கைகளும் கால்களும் தலைச்சொடுக்கலில் நுரைத்த எச்சிலோடு ரத்தம் கலந்துவரும். மறுபடியும் தெளிந்து எழுபவள் காளியைப் பார்ப்பாள். அரக்கர்களை வதம்செய்ய பெருமிதம் தெரியும் காளியின் முகத்தில். ஊமையின் முகம் சோர்ந்து போகும். காளியிடம் கோபித்துக்கொண்டு திரும்பி விடுவாள்.

ஊமையின் சொந்த ஊர் ஆலடி பாலக்கொல்லை. அவளுக்கு ஒண்ணே முக்கால் வயதாகும்போது அம்மா செத்துப்போனாள். கணவனுடன் சண்டை போட்டுக்கொண்டு முந்திரிக் காட்டுக்குள் தொங்கியவளை நான்கு நாட்கள் கழித்துத்தான் கண்டுபிடிக்க முடிந்தது. ஊமைக்கு அம்மாவின் முகம் நினைவில் இல்லை. ஆத்துக்குறிச்சி பெரியம்மா ராசாமணிதான் வளர்த்து ஆளாக்கியதெல்லாம்.

ஊமையின் அப்பா பெரியசாமி பெண்டாட்டி செத்தபின் ஊர் ஊராய் அலைந்து திரிந்தான். கடைசியில், கார்குடல் குறிஞ்சி வீட்டில் பண்ணையாளாய் வேலைக்குச் சேர்ந்தான். வயல்காட்டிலுள்ள மோட்டார் கொட்டகையிலேயே தங்கிக்கொண்டான். நினைத்தால்

எப்போதாவது ஆத்துக்குறிச்சிக்குப்போய் மகளைப் பார்த்துவிட்டு வந்தான். மகளுக்கு வாய் பேசமுடியாமல் போய்விட்டதை நினைத்து வருத்தப்பட்டுக் கொண்டிருந்தான்.

பத்து வருடங்களாகத் தன்னிடம் வேலை செய்துகொண்டிருக்கும் பெரியசாமி மீது குறிஞ்சிக்குப் பரிவு ஏற்பட்டது. உள்ளூரிலேயே நீண்ட நாட்களாய் கல்யாணம் ஆகாமல் இருந்த ஏழைப்பெண் வாசுகியை பெரியசாமிக்குக் கட்டிவைத்தார். பெண்ணுக்கு அம்மா மட்டும்தான். அதனால் வீட்டோடு மாப்பிள்ளை ஆகிவிட்டான்.

பன்றிக் குட்டியையும் அழகாக்கிக் காட்டும் பருவத்தில் இருந்தாள் ஊமை. தானொரு பருவமெய்திய பெண் என்ற அறிவு அவளிடம் குறைவாகவே இருந்தது. எல்லோரிடமும் ஆசையாய்ப் பழகுவாள். யாரை எங்கே பார்த்தாலும் ஓடிப்போய் சைகையாலேயே விசாரிப்பாள். கை விளங்காவிட்டாலும் வாய் பேச முடியாவிட்டாலும் ராசாமணியின் கவனிப்பால் பார்க்க அழகாயிருந்தாள் ஊமை.

ஆத்துக்குறிச்சியில் ராசாமணியின் சொந்தக்கார விடலைப்பயல்கள் இரண்டு பேர். இருவருக்கும் நீண்ட நாட்களாகவே ஊமையின் மீது ஒரு கண். அவ்வப்போது இருவரும் மிட்டாய் வாங்கித்தருவது, உப்புக்கடலையும் பட்டாணியும் வாங்கிக்கொடுப்பதென்று ஊமையிடம் நல்ல பழக்கத்தை ஏற்படுத்திக்கொண்டார்கள்.

அன்று ராசாமணி வெளியூர் போயிருந்தாள். அதைக் கவனித்த இருவரும் தின்பண்டங்களை வாங்கிக்கொடுத்து கருப்பங்கொல்லைக்கு அழைத்துப் போனார்கள் ஊமையை. அவர்களின் திட்டத்தை உணராத அப்பாவியாய் கருப்பங்கொல்லைக்குப் போனாள். வாலிபம் அவர்களிருவரையும் வேட்டை நாய்களாக்கியிருந்தது. அவர்களின் வெறிச்செயலைப் பார்த்து அதிர்ச்சி அடைந்தவளாய் ஊளையிட்டுக் கத்தினாள். அவள் கத்துவதை ஆபத்தெனக் கருதிய இருவரும் அவளது வாய்க்குள் துணியை வைத்து அழுத்தி நாசப்படுத்தினர்.

வாய்க்குள் துணி வைத்து அழுத்தியதில் திக்குமுக்காடிய ஊமை மயங்கி விழுந்து இருட்டும்வரை அங்கேயே கிடந்தாள். பின் மயக்கம் தெளிந்து எழுந்து அழுதுகொண்டே வீட்டிற்கு வந்தாள். வெளியூர் போய்விட்டு அப்போதுதான் வந்து சேர்ந்திருந்தாள் ராசாமணி. தன் வளர்ப்பு மகளின் அலங்கோலத்தைப் பார்த்துவிட்டு, 'அய்யோ தெய்வமே' என்று தலையிலடித்துக்கொண்டு அழுதாள். கூப்பாடு போட்டு ஊரைக் கூட்டிவிட்டாள். பஞ்சாயத்துப் பேசி முடித்து ஊர்க்காலில் விழவைத்தனர் இருவரையும். அபராதத் தொகை வசூலித்து ஊர் பொது நிதியோடு சேர்த்துக்கொண்டனர். ஊமை சித்தம் கலங்கியவளைப்போல திரிய ஆரம்பித்தாள்.

நடந்த கொடுமையினை பெற்றவனிடமும் சொல்லிவிட வேண்டுமென்று நினைத்தாள் ராசாமணி. பெரியசாமிக்கு ஆள் அனுப்பினாள். செய்தி கேள்விப்பட்டு பெரியசாமியும் அவனுடைய பெண்டாட்டி வாசுகியுமாக வந்து சேர்ந்தார்கள் ஆத்துக்குறிச்சிக்கு. அதற்குமேலும் ஊமையை அங்கு வைத்திருக்க பயந்தாள் ராசாமணி. கார்குடலுக்கு அழைத்துப் போவதாய்ச் சொன்னான் பெரியசாமி. ஒண்ணேமுக்கால் வயதிலிருந்து பதினான்கு வருடங்களாய் வளர்த்த மகளை அழுதுகொண்டே அனுப்பிவைத்தாள் ராசாமணி.

கார்குடல் வந்த பிறகு, ஊமையிடம் நிறைய மாற்றங்கள் ஏற்பட்டிருந்தது. மூளை கலங்கி பேதலித்தவளைப்போல நடந்துகொண்டாள். தினமும் குளிப்பதில்லை. துணிமணிகளை அலசியேனும் கட்டிக்கொள்வதில்லை. அழுக்கு நாற்றமடித்தது அவள்மீது. ஊமையை உட்காரவைத்து தலை கட்டிவிட குமட்டினாள் வாசுகி. முடி பரட்டையாய் பறந்து முடிச்சிட்டு சடை விழுந்திருந்தது. வீட்டுக்குத் தூரமென்றால் துணிகட்டிக்கொள்வது கிடையாது. கைகாலோடு இழுப்பிக்கொண்டு பாவாடையில் கறைபடிந்து ஈ மொய்த்து நாறிப்போய் கிடந்தாள்.

வாசுகிக்கு ஊமையைப் பார்க்கவே பிடிக்கவில்லை. இதனால் பெரியசாமியிடம் அடிக்கடி சண்டை போட்டுக்கொண்டிருந்தாள். மறுபடியும் அவளை ஆத்துக்குறிச்சியிலேயே கொண்டுபோய் விட்டுவிடும்படி கூறினாள். பெரியசாமிக்கு அவ்வாறு செய்யப் பிடிக்கவில்லை. அவளை அழைத்துக்கொண்டுபோய் தான் முன்பு தங்கியிருந்த மோட்டார் கொட்டகையில் தங்க வைத்தான். மோட்டார் கொட்டகைக்குள் எண்ணெய் மசையோடு அழுக்குப் படிந்து கிடந்த தட்டை எடுத்து விளக்கி சுத்தமாக்கிக் கொடுத்தான்.

தட்டில் பெயர் வெட்டி இருந்தது. மூன்றாம் வருட மணிமுத்தாற்று வெள்ளத்தில் அடித்துக்கொண்டு வந்து ஒதுங்கிக்கிடந்த தட்டு அது. எதற்காவது ஆகுமென்று மோட்டார் சாமான்களோடு எடுத்துப் போட்டிருந்தான். இப்போது அது அவன் மகளுக்கே பயன்பட்டது: தினமும் இரண்டு வேளை சோறாவது குறிஞ்சி வீட்டிலிருந்து வாங்கிவந்து கொடுத்துக்கொண்டிருந்தான் பெரியசாமி.

மோட்டார் இறைக்கும்போதெல்லாம் மல்லிகாவைக் கூப்பிட்டு குளிக்கச் சொன்னான். மோட்டார் திடலில் நின்ற மாமரங்களுக்கிடையே கொடி கட்டிக்கொடுத்தான். துணிமணிகளைத் துவைத்து அதில் காயப்போடப் பழக்கினான். கொஞ்சம் கொஞ்சமாக ஊமை தெளிந்தாள். பெரியசாமி சொல்லாமலே குளிக்கவும் துணி துவைக்கவும் ஆரம்பித்தாள்.

ஒருநாள் பள்ளிக்கூடத்தில் சோறாக்கிப்போடும் ஆயா, ஊமையைப் பார்த்துவிட்டு பரிதாபப்பட்டாள். தட்டை எடுத்துக்கொண்டு வா என்று தன்னோடு அழைத்துப் போனாள். பள்ளிக்கூடத்தில் உட்காரவைத்து தட்டு நிறைய சோறு போட்டாள். தினமும் சோறுபோடும் நேரத்திற்கு வந்தால் நிறையப் போடுவதாய் சொல்லியனுப்பினாள். அன்றிலிருந்து பள்ளிக்கூடம் போக ஆரம்பித்தாள் அவள். மகளுக்கு சோறு வாங்கிவந்து கொடுக்கும் வேலையில்லாமல் போனது பெரியசாமிக்கு.

உந்தி உந்தி வேகமாய் நடந்துகொண்டிருந்தாள் அவள். தெருவோரமிருந்த ஒரு ஓட்டு வீட்டிற்குள்ளிருந்து எட்டிப்பார்த்த பெண்ணொருத்தி வெளியே வந்து கூப்பிட்டாள்.

“ஊம....இங்க வா.” அவள் கூப்பிட்டது காதில் விழாததுபோல நடந்தாள்.

“ஏ ஊம, கூப்புடுறது காதுல விழல?” மறுபடியும் சற்று அதட்டலாய்க் கூப்பிட்டாள்.

நின்று கூப்பிட்டவளைத் திரும்பிப் பார்த்தவள் தன்போக்கில் மறுபடியும் நடக்க ஆரம்பித்தாள். ‘ஊம’ என்று கூப்பிட்டால் ஏன் என்று கேட்பது போல எதிரே போய் நிற்பாள். ஆனால் இப்போதெல்லாம் அப்படி யார் கூப்பிட்டாலும் அவளுக்குப் பிடிப்பதில்லை. காதில் வாங்காமல் போய்விடுகிறாள்.

பள்ளிக்கூடத்திற்கு நெய்வேலியிலிருந்து புதிதாய் வந்திருக்கும் டீச்சர், தட்டிலிருந்த பெயரைப் பார்த்துவிட்டு, “ஓம் பேரு மல்லிகாவா?” என்று கேட்க, ஏதோ ஓர் ஆசையில் ஆமாமென்று தலையாட்டி விட்டாள். அன்றிலிருந்து அவளை மல்லிகா என்றே அழைத்தாள் டீச்சர். டீச்சரைப் பார்த்து பள்ளிக்கூட பிள்ளைகளும் மல்லிகா என்று கூப்பிட, அந்தப் பெயர் ஊருக்குள்ளும் மெல்லப் பரவியது.

“கூப்பிடக் கூப்பிட திரும்பிப் பார்க்காம போறதப்பாறேன் இந்த ஊம” பக்கத்து வீட்டுப்பெண்ணிடம் முறையிட்டாள் மல்லிகாவைக் கூப்பிட்டவள்.

“அது பெருமேச்சக்கார மாடு. அவுத்துவுட்டா ஐயனாரு கோயிலு காடுபோயிதான் நிக்கிம்.” நொடித்தாள் பக்கத்து வீட்டுக்காரி.

‘நாலு பழையது கெடக்கு. ராத்திரி பேஞ்ச மழக்கி எறக்கமில்லாம பொயிட்டுது. வீணாத்தான் போவும். போடலாமுன்னு பாத்தா இந்தத் திருவு திருவிக்கிட்டுப் போவுதே.”

“பள்ளிக்கொடம் இருக்குறன்னக்கி ஊரு சோறு புடிக்காது அதுக்கு. பால்வாடி சோறு பன்னண்டு மணிக்கு. தட்டு நெறயா வாங்கித்திங்கிம். அது முடிஞ்சி ஒரு மணிக்கெல்லாம் பள்ளிக்கொடத்து சோறு. அந்தச் சோத்த வாங்கியாந்து ராச்சாப்பாட்டுக்கு வச்சிக்கிடுதாம். அப்பறம் எதுக்காவ நம்ம கூப்புட்டா அன்னாந்து பாக்கப்போவுது.”

“அப்படியா சேதி?”

“அதோட இல்லாம பள்ளிக்கொடத்துக்கு இப்ப புதுசா வந்துருக்குற டீச்சர் தாம் வீட்டுல செய்யிற திம்பண்டம், நல்லது கெட்டதுன்னு எல்லாம் கொண்டாந்து குடுக்குதாம். தெனமும் சுத்தமா பல்லு வெளக்கி, குளிச்சி, துணி தொவச்சிக் கட்டிக்கிட்டு வரணுமுன்னு பல்பொடி சோப்பெல்லாம் வாங்கிக் குடுத்துருக்காம்.”

“சோப்பு போட்டுக் குளிக்கிற அளவுக்கு ஒசந்து போச்சா ஊமை? அடக்கடவுளே. அதான் அப்படி போவுதா?”

“டீச்சர் பாடஞ்சொல்லிக்குடுக்குறப்ப இதுவும் புள்ளய்ளுவொ கூடப் போயி ஒக்காந்துக்கிடுதாம்.”

“அட ஆண்டவனே கடவுளே இந்த ஊமைக்கு இப்புடி ஒரு வாழ்வு வரணுமுன்னு இருந்துருக்கே.”

மல்லிகா தெருவைக் கடந்து பள்ளிக்கூட வளாகத்தை அடையும்போது பிள்ளைகளெல்லாம் இறைவணக்கக் கூட்டத்திற்காக வரிசையில் நின்றுகொண்டிருந்தார்கள். பள்ளிக்கூடச் சீருடையில் பையன்கள் தனியாகவும் பெண்பிள்ளைகள் தனியாகவும் வரிசைகளில் நின்று கொண்டிருந்தார்கள்.

அந்த வரிசையில் தானும் போய் நின்றுகொள்ள ஆசையாய் இருந்தது மல்லிகாவிற்கு. குனிந்து தன் சட்டையையும் பாவாடையையும் ஒருமுறை மோந்து பார்த்துக்கொண்டாள். வாடை எதுவும் வரவில்லை. சோப்பு வாசனைதான் அடித்தது. அந்த வாசனை அவளுக்குப் பிடித்திருந்தது. இதுக்கெல்லாம் புது டீச்சர்தான் காரணம் என்று நினைத்தவள் புது டீச்சர் நிற்குமிடத்தைப் பார்த்தாள். மாணவர்கள் வரிசையைக் கவனித்தபடி நின்றுகொண்டிருந்தாள் அவள். ஓடிச்சென்று தான் சுத்தமாய் பளிச்சென்று வந்திருப்பதைக் காட்டிவிட்டு வணக்கம் சொல்லிவிட்டு வரலாமா என்று நினைத்தாள். மற்ற ஆசிரியர்கள் அடித்துவிடுவார்கள் என்ற பயத்தில் கூட்டம் முடியட்டும் என்று ஓரமாய் நின்று கவனித்துக்கொண்டிருந்தாள்.

மாணவர்கள் வரிசைகளுக்கெதிராக அங்கும் இங்குமாய் ஆசிரியர்கள் நின்றுகொண்டிருந்தார்கள். ஏழாம் வகுப்புக்கு புதிதாய்

வந்திருந்த வாத்தியார் இளம் வயதுக்காரர். கட்டையாய் கருப்பாய் சற்று உடல் பருமனாய் இருந்தார். ஒரு கணம் அவரையே பார்த்துக்கொண்டிருந்த மல்லிகாவிற்கு மின்னல் வெட்டியது போன்று ஒரு வலி. ஆத்துக்குறிச்சி கருப்பங்கொல்லையில் நடந்தவை அனைத்தும் கண்முன் விரிந்தது.

அவள் மார்பையும் தொடையையும் கவ்வுகின்றன வேட்டை நாய்கள். காளியின் விழிகள் சிவந்தன. முகத்தில் ரௌத்ரம் பொங்கியது. "ஊ..ஊ..." என்று பெருங்கூச்சலிட்டபடி தன் வலதுகாலைத் தூக்கித் தலையில் உருண்டவனை மிதித்தாள். கையிலிருந்த சூலத்தை வேகமாய் உயர்த்தி இன்னொருவனுடைய நெஞ்சில் பாய்ச்சினாள். மிதித்துக்கொண்டிருந்த வலது காலும் வீசிக்குத்திய இடதுகையும் உயர்த்திய நிலையில் அப்படியே இருக்க வேரறுந்த மரம்போல தொபீரென்று தரையில் சாய்ந்தாள். அரக்கனின் நெஞ்சு பிளந்த ரத்தம் அவளுடைய வாய்க்கடையில் நுரைத்து வழிந்தது. காலில் மிதிபட்டவன் வாய்பிளந்து பீய்ச்சிய ரத்தம் மல்லிகாவின் தொடை இடுக்குகளின் வழியாக வழிந்தது. மாணவர்கள் கூட்டம் மொத்தமும் திரும்பிப் பார்த்தது. கீழே விழுந்து கிடந்த மல்லிகாவின் கைகளும் கால்களும் வெட்டிவெட்டி இழுத்தன. தலை சொடுக்கியது. இடுப்பில் கட்டியிருந்த பாவாடை தொடை தெரியுமளவுக்கு விலகிப்போனது.

'என்ன செய்யிறது இப்ப?' என்பதுபோல மல்லிகாவைப் பார்த்தார் பெரிய வாத்தியார்.

"அதுக்கு அடிக்கடி இப்படித்தான் சார் இழுப்பு வரும். ரெத்த ரெத்தமாக் கக்கும். கொஞ்ச நேரத்துல தானா சரியாயிருஞ் சார்" என்றனர் மாணவர்கள்.

"அப்படியா" என்றவர் தொடர்ந்து கூட்டத்தை நடத்தி முடிப்பதில் தன் கவனத்தைச் செலுத்தினார்.

புது டீச்சருக்கு மட்டும் என்னவோ போலிருந்தது. ஒரு பெண்ணை அனுப்பி விலகிக்கிடந்த மல்லிகாவின் பாவாடையை இழுத்து சரி செய்துவிட்டு வரச்சொன்னாள். மல்லிகாவிற்கு இப்படி அடிக்கடி இழுப்பு வருவதற்கான காரணத்தை ஓரளவு தெரிந்து வைத்திருந்தாள் அவள்.

கூட்டம் கலைந்து எல்லோரும் வகுப்பறைகளுக்குப் போய் விட்டார்கள். மயக்கம் தெளிந்து மெதுவாக எழுந்து உட்கார்ந்தாள் மல்லிகா. சுற்றிலும் ஒருமுறை பார்த்துவிட்டு எழுந்தாள். உடம்பு தடதடவென்று ஆடுவதுபோல பலவீனமாக இருந்தது. தொடை

காலெங்கும் ரத்தம். வாயிலிருந்து வடிந்த ரத்தம் காதுவரை வடிந்து மொட்டையடித்த தலையிலும் இழும்பியிருந்தது. தலைமாட்டில் கிடந்த தட்டை எடுத்துக்கொண்டு புது டீச்சர் இருக்கும் வகுப்பறையை நோக்கி தள்ளாடியபடி நடந்தாள். அவளை எதிர்பார்த்து காத்திருந்த டீச்சர் மல்லிகாவின் கோலத்தைப் பார்த்துப் பரிதாபப்பட்டாள்.

“இங்க பாரு மல்லிகா, ஓம் ஒடம்பு முழுக்க ரெத்தம் வடிஞ்சி போயிருக்கு. இதோட நீ இங்க இருக்கக்கூடாது. தட்டக் குடுத்துட்டு நீ போயி குளிச்சிட்டு வா. நீ வர்றதுக்குள்ள சோறுபோட்டா நான் வாங்கி வைக்கிறேன்” என்றாள். தயக்கமாய் திரும்பினாள் மல்லிகா. மறுபடியும் அவளைக் கூப்பிட்டு “துணிமணியை தொவச்சி ஒடம்புக்கெல்லாம் சோப்பு போட்டு நல்லா குளிச்சிட்டு வரணும், சரியா?” என்றாள். தலையாட்டிக்கொண்டே திரும்பி நடந்தாள். தெரு வழியே போகும்போது, மல்லிகாவைப் பார்த்த பெண்கள் சிலர் மூக்கைப்பொத்தி வாயில் சுரந்த எச்சிலைத் துப்பி அருவெறுத்து ஒதுங்கி நின்றார்கள்.

“இந்தக் கருமாந்தரம் வேற இதுக்கு மாசா மாசம் வந்துருது போலருக்கு” என்றாள் ஒருத்தி.

“துணிமணி கட்டத் தெரியிதா, சுத்தபத்தமா இருக்கத்தெரியிதா, இதெல்லாம் என்னத்துக்கு இந்த உசுர வச்சிக்கிட்டு கெடக்கணும்” என்றாள் இன்னொருத்தி.

“நாட்டுல ஆளானப்பட்ட ஆளுங்கெல்லாம் தடுக்கி வுழுந்தான் பொடுக்குன்னு போச்சிங்குற மாதிரி செத்துப்போறாய்ங்க. பாவம் இதுக்கு வந்து தொலைக்க மாட்டங்குது பாரு ஒரு சாக்காடு” என்றாள் இன்னொருத்தி.

“அதோட மட்டுமில்ல இந்தக் கருமாந்தரம் புடிச்ச எழவோட காளியம்மன் கோயிலுக்குள்ள வேற போயி பூந்துக்குது. சாமி குத்தமாயிடாது?” என்றாள் அவ்வழியே வந்து கொண்டிருந்தவள்

“ஆமா அது என்ன சொயபுத்தியோடயா செய்யிது, குத்தமாவுறதுக்கு.”

“அப்புடிச் சொல்லாத. யாரு செஞ்சாலும் குத்தம் குத்தம்தான். காளியாத்தா கோவங்கொண்டா தண்டிக்காம வுடமாட்டா.”

யாரோ எதையோ பேசுகிறார்கள் என்று தன்போக்கில் போய்க்கொண்டிருந்தாள் மல்லிகா.

அது மழைக் காலமென்பதால் இரண்டு நாட்களுக்கு ஒருமுறை தொடர்ந்து மழை பெய்துகொண்டிருந்தது. ஊரில் எந்த மோட்டாரும்

இறைக்கவில்லை. ஊருக்குத் தெற்காலிருந்து மணிமுத்தாற்றில் கரையைத் தொடுவதுபோல் தண்ணீர் நிறைய ஓடிக்கொண்டிருந்தது. ஊர் சனங்கள் எல்லோரும் ஆற்றில் தான் குளித்தார்கள். மல்லிகா தன் மாற்றுத் துணிகளையும் சோப்பையும் எடுத்துக்கொண்டு ஆற்றுக்குப் போனாள். வலதுகை விளங்காததால் அவளால் மாராப்பு கட்டிக்கொள்ள முடியாது. போட்டிருக்கும் பாவாடை சட்டையுடன் அப்படியே தண்ணீருக்குள் இறங்கி நனைத்துக்கொள்வாள். பின்பு கரையேறி துணியை விலக்கி சோப்புப் போடுவாள்.

மேற்கே பச்சைமலைப் பக்கம். நல்ல மழை பெய்திருக்க வேண்டும் கோமுகி அணை நிறைந்து தண்ணீர் திறந்துவிடப்பட்டிருந்தது. மணிமுத்தாற்றுத் தண்ணீரின் வேகம் சற்று அதிகமாக இருந்தது.

மாற்றுத்துணிகளை கரையில் போட்டுவிட்டு கட்டியிருந்த பாவாடையுடன் ஆற்றுக்குள் இறங்கினாள் மல்லிகா. தண்ணீரின் வேகம் அதிகமில்லாத கரை ஓரத்திலேயே நின்றுகொண்டாள். கால்களிலும் பாவாடையிலும் வடிந்திருந்த ரத்தம் தண்ணீரோடு போனது தெரியாமல் கரைந்துபோனது. இடுப்பளவு தண்ணீரில் நின்ற மல்லிகா அப்படியே தண்ணீருக்குள் மூழ்கி எழுந்தாள். காதோரத்திலும் தலையின் சிறுமுடிக்குள்ளும் காய்ந்து படிந்துபோயிருந்த ரத்தத்தை ஒரு கையால் தேய்த்துக்கொண்டு மறுபடியும் மூழ்கினாள். நான்கைந்து முறை மூழ்கி மூழ்கி எழுந்தாள்.

ஆற்றுத் தண்ணீருக்குள் யாரோ கரிய நாயொன்றை அடித்துத் தூக்கிப் போட்டிருந்தார்கள். வேகமாய் ஓடும் தண்ணீரின் சுழிப்பில் நாயை புரட்டிப்புரட்டி போட்டபடி இழுத்துச் சென்றது ஆறு. அதையே வேடிக்கையாய் பார்த்துக்கொண்டு நின்றாள் மல்லிகா. சிறிது நேரத்தில் நாய் கண்ணிலிருந்து மறைந்தது. கரையேறி சோப்புப்போட்டுக் கொண்டு வரலாமென்று நினைத்தவள் திரும்பி கரையை நோக்கி ஓரடி எடுத்து வைத்தாள். அவள் பின்னாலிருந்து யாரோ இரண்டு பேர் சிரிப்பது போலிருந்தது. சடாரென்று திரும்பினாள். கருப்பங் கொல்லைக் குள்ளிருந்து ஆத்துக்குறிச்சி விடலைப் பயல்கள் இருவரும் அவளை நோக்கி வந்தனர். இன்று உங்கள விட மாட்டேண்டா" என்று கறுவினாள்.

ஊழித் தீ கிளர்ந்தெழுந்தது. ஊ...ஊ.... என்று சத்தமிட்டு சூலத்தை ஓங்கியபடி புலியைப்போல பாய்ந்தாள். அவளின் ஆவேசத்தைக் கண்டு அதிர்ந்த இருவரும் திரும்பி ஓடத் தொடங்கினர். விடுவதாயில்லை அவள். தண்ணீரின் அடியாழம் வரை நீந்தி நீந்திச் சென்றனர் இருவரும். அதற்கு மேலும் ஓட வழியற்று திகைத்தனர். மூச்சுத் திணறியது. ரௌத்ரம் கொண்டு ஆடுகிறாள் காளி. விண்ணும் மண்ணும் தடதடவென நடுங்க ஓங்காரமாய் ஆடுகிறாள். செவ்வரி

ஓடிய விழிகள் தெறித்து விழுவதுபோல் உருட்டிப் பார்க்கிறாள். மின்னலும் இடியுமாய் பிரளயம் பெருகுகிறது. திசைகளெட்டும் நடுங்க பன்னிரண்டு கைகளிலும் காளிக்கு ஆயுதங்கள். சம்ஹாரம் நிகழ்ந்து முடிய ஆற்றின் போக்கு சீராகியது.

ஆற்றோர வயல்களில் வேலை செய்துகொண்டிருந்தவர்கள் மல்லிகாவை வெள்ளம் அடித்துப்போவதை பார்த்துவிட்டனர். ஒருவரையொருவர் கூப்பாடு போட்டபடி கரையோடு ஓடிவந்தனர். இரண்டுபேர் காற்று வேகத்தில் ஆற்றுக்குள் குதித்து இழுத்துக்கொண்டு வந்து கரை சேர்ந்தனர். மல்லிகாவின் கை கால்கள் துவண்டு போயிருந்தன. கண்கள் அசையவில்லை. உடலில் உயிருமில்லை.

“ஊமப் பொண்ண இப்புடி அநியாயமாக ஆறு கொண்டுக்கிட்டு போயிட்டுதே” என்றனர் சிலர்.

“வயசுக்கு வந்த பொண்ணு அடக்க ஒடுக்கமா இருந்தாத்தான?”

“தெய்வக்குத்தம் சும்மா உடுமா. காளியம்மா கோவங்கொண்டுதான் இப்புடி கூலிகுடுத்துட்டா.” பலரும் பலவாறாகப் பேசிக் கொண்டார்கள்.

“நல்ல ஆத்மா. அதான் தண்ணில சாவு வந்துருக்கு.”

“போய்ச் சேர்ந்தவரைக்கும் புண்ணியந்தான். இருந்து என்ன செய்யப்போவுது” என்று ஆறுதல்பட்டுக்கொண்டார்கள் சிலர்.

ஆறேழு வருடங்களாக அவள் வசித்து வந்த மோட்டார் கொட்டகையின் முன் மல்லிகாவின் உடலை கொண்டுவந்து போட்டிருந்தார்கள்.

தட்டில் சோறு வாங்கி வைத்துக்கொண்டு காத்திருந்த புது டீச்சருக்கு மல்லிகா செத்துப்போய்விட்டாள் என்ற செய்திதான் கிடைத்தது. அதிர்ச்சியாய் இருந்தது அவளுக்கு. மத்தியான சாப்பாட்டை ஒதுக்கி வைத்தாள். பள்ளிக்கூடத்தில் இருப்புக் கொள்ளவில்லை. கடைசியாய் ஒருமுறை மல்லிகாவின் முகத்தைப் பார்க்க விரும்பினாள்.

வாசுகியும் அவளுக்கு வேண்டப்பட்ட இன்னும் நான்கைந்து ஊர்ப்பெண்களும் மல்லிகாவின் உடலைச்சுற்றி உட்கார்ந்து அழுது கொண்டிருந்தார்கள். தலைமாட்டில் நிறைமரக்கால் விளக்கு, இளநீர், ஊதுவத்தி புகைந்துகொண்டிருந்தது.

அழும் பெண்களின் ஓரமாய் போய் நின்றாள் புது டீச்சர். ஆற்றுநீரை குடிக்காததாலும் உடனே கண்டுபிடித்துத் தூக்கிவிட்டதாலும் உடல் உருக்குலையாமல் இருந்தது. முகம் பால் வடிவதுபோல புன்னகைத்தபடி இருந்தது. வதம் செய்து முடித்த பெருமிதம் தெரிந்தது அம்முகத்தில்.

பாஞ்சாலி

“**பா**க்கு கடிக்கிற நேரம், ஓஞ்சி நிக்க முடியுதா ஒழிஞ்சி ஒக்காரத்தான் முடியிதா. மஞ்சகுறிச்சாலி போறவரைக்கும் இதே மாராயத்தான் நம்மளுக்கு” புலம்பிக்கொண்டே வந்த ஆவரணம் விருட்டென்று வீட்டிற்குள் நுழைந்தாள். கால் நீட்டிப்போட்டு படித்துக்கொண்டிருந்த பார்வதி சடக்கென்று கால்களை மடக்கிக் கொண்டாள்.

“வாங்கண்ணி.” பார்வதியின் அம்மா காமாட்சி கீரை ஆய்ந்து கொண்டிருந்தாள். வந்த வேகத்தில் புடவைத் துணியை ஒடுக்கி கால்களை முன்னால் எடுத்துவைத்துக்கொண்டு காமாட்சியின் ஓரமாய் உட்கார்ந்தாள். “கால ரெண்டயும் சுத்தமா அரிச்சிப்புட்டு புடுங்குற புடுங்கு தாங்க முடியல.” வரட்டு வரட்டென்று சொறிந்தாள். படித்துக்கொண்டிருந்த மகாபாரதம் புத்தகத்தின் பக்கம் மாறிவிடாமல் இருக்கும்படி விரல்விட்டு மூடிக்கொண்டு ஆவரணத்தின் கால்களைப் பார்த்தாள்.

“சேத்து புண்ணாத்த?”

“ஆமாங்கச்சி.”

விரல் இடுக்குகளும் விரல்களின் அடிப்பகுதியும் தண்ணீரில் ஊறியதுபோல பருத்து, வெள்ளையாய் வெளிறி புண்பட்டுப் போயிருந்தது. அந்த இடங்களில் ஏற்பட்ட தினவைச் சொறிந்து தீர்த்துக்கொள்ள முடியாமல் மெதுவாய் வருடிக்கொடுத்தவள், அரிப்புத் தாங்காமல் அதையொட்டிய காலின் மற்ற பகுதியை ரத்தம் கசியும் அளவிற்குச் சொறிந்துகொண்டிருந்தாள்.

“எப்புடித்த இவ்வளது புண்ணாப் போச்சி?”

பார்வதியையும் அவள் கையிலிருந்த புத்தகத்தையும் ஒரு தினிசாய்ப் பார்த்தாள் ஆவரணம். “ம்.. நான் என்ன பஞ்சு மெத்தயிலயும் பட்டுவிரிப்புலயுமா கெடக்குறன். பொழுதேனக்கிம் சாணிக்குள்ளயும் சவதிக்குள்ளயுமா நின்னாக்க புண்ணு வராம என்ன செய்யும்?”

பாஞ்சால நாட்டு இளவரசியை சன்னியாசி வேடமிட்டிருந்த அர்ச்சுனன் போட்டியில் வென்று மணம் முடிக்கும் இடத்தில் கதை நின்றிருந்தது. ஏற்கனவே படித்ததுதான் என்றாலும் மறுபடியும்

படிக்கும்போது கதை ஓட்டத்துடன் கரைந்து நின்றது பார்வதியின் மனம். அனிச்சையாய் செய்வதுபோல ஆவரணத்தைப் பார்த்து புன்னகைத்து விட்டுவிட்ட இடத்திலிருந்து படிக்க ஆரம்பித்தாள்.

“எதாவுது மருந்து வாங்கித் தடவுனா என்ன? இந்த காலோட எப்பிடிண்ணி நடக்குறிய?” என்றாள் காமாட்சி.

“அது கெடந்துட்டுப் போவுதண்ணி. இப்புடி காதக் கொஞ்சம் காட்டுங்க. ஒரு விசயம் கேக்கணும்." ஆவரணத்தின் குரல் தணிந்தது.

“என்னண்ணி?”

“அதுசரி.. அந்த மாளியக்காட்டு பொண்ணு வந்துருக்காமுல்ல.. நீங்க பாத்தியளா?” என்றாள் கிசுகிசுப்பாய்.

படித்துக்கொண்டிருந்த பார்வதி நிமிர்ந்து உட்கார்ந்தாள். காலையிலிருந்து அவள் தெரிந்துகொள்ள வேண்டுமென்று விரும்பிய விஷயம். யாரிடம் கேட்பது? எப்படி விசாரிப்பதென்று யோசித்துக் கொண்டிருந்த ஒன்றைப் பற்றிய பேச்சை ஆவரணமே ஆரம்பித்தது பார்வதிக்கு வசதியாகப் போய்விட்டது. இருந்தாலும் தான் கவனிப்பதை அம்மா அறிந்தால் அதுபற்றி எதுவும் பேசாமல் போய்விடுவாளோ என்று தோன்றியது. அதனால் படிப்பதுபோல பாசாங்கு செய்தாள்.

“ம்.. பாத்தன்.”

“எப்புடிண்ணி இருக்கு?”

“அந்த வயத்தெரிச்சல யாங் கேக்குறிய?”

“...”

“ஆளு எளச்சி எலும்பும் தோலுமா வெரப்பெரிசிக்கி இருக்கு. பல்லு காஞ்சிபோயி பாக்கவே சயிக்கலண்ணி.”

“மவன் செத்தது தெரியுமா?” காமாட்சியின் முகத்தையே பார்த்துக்கொண்டிருந்தாள் ஆவரணம்.

“கெழவி சொல்லிருக்குமுன்னு நெனக்கிறன். செத்தவனோட நோட்டு, புத்தகத்தயெல்லாம் எடுத்து மடியில வச்சிக்கிட்டு ஒக்காந்துருக்குதாம்.”

“இவ்வள நாளும் எங்கண்ணி போயிருந்திச்சாம்?”

“யாரு கண்டா?”

“அப்புறம் எப்புடி கண்டுபுடிச்சி கொண்டாந்தாவொளாம்?”

“தானாதான் வந்துருக்கு. முந்தானயில முடிஞ்சிருந்த அஞ்சிகாச அவுத்து கெழவி கையில் குடுத்துருக்கு, தேசாந்திரம் போயி தேடியாந்தது இதான், வச்சிக்கன்னு சொல்லிப்புட்டு அப்புடியே கெழவி காலுக்குள்ள சுருண்டு வுழுந்துச்சாம்.”

“...”

இஞ்ச எப்புடி வந்து சேந்துச்சாண்ணி?”

“கெழவிதான் அழச்சாந்துருக்கு. அண்ணங்காரனுவொ ரெண்டியரும் மருந்த வூத்தி கொன்னுடுவமுன்னு சொல்லிருக்கறானுவொ. கெழவி பயந்துக்கிட்டு ராவோட ராவா இஞ்ச அழச்சாந்துட்டுது.”

“கெழவி இப்ப இஞ்சதான் இருக்கா?”

“ஆமா. யாரு போனாலும் மொவத்த ஏறெடுத்து பாக்காமயே பேசுது.”

“பாவம். மவ பண்ணுன தப்புக்கு வயசான காலத்துல அந்தக் கெழவி கெடந்து அவமானப்படுது போலருக்கு.”

“என்னமோ போங்க. அந்த தம்பிய நெனச்சாத்தான் இன்னம் கண்றாவியா இருக்கு.”

“அதக்கேக்க மறந்துட்டனே. அந்தத் தம்பி பாத்துட்டு என்னண்ணி சொன்னிச்சாம்.”

“ஒண்ணுமே முண்டலயாம். பொண்டாட்டிய பாத்ததும் சட்டய எடுத்து மாட்டிக்கிட்டு எங்குட்டோ கெளம்பிட்டுதாம்.”

“என்னதான் இருந்தாலும் பெத்த புள்ளைவொ தாய வெறுத்து ஒதுக்கிப்புடுங்களா?”

“பேசிப் பொழங்குதுவொ. ம்...?” ஆச்சரியமாய்க் கேட்டான் ஆவரணம்.

“பேசிப் பொழங்குறது எங்க? அந்தப் பொண்ணுதான் யாருகிட்டயும் வாயத் தொறக்கமாட்டங்குதே.”

“...”

“இந்தப் புள்ளைவொளாவே காப்பி போட்டுக் குடுக்குறதும் சோறு தண்ணி குடுக்குறதுமா நெருங்கிப் போவுதுவொ. ஆனா அந்தப் பொண்ணு அடிச்சி வச்ச ஐயனாரு செலமேரி அப்புடியேருக்கு.”

“அந்தக்குட்டி பள்ளிக்கொடத்த வேற நிறுத்திப் புட்டாமுல்ல.”

“ஆமாமா, நல்லாப் படிக்கிற பொண்ணு. என்ன செய்யிறது. அதுக்குக் குடுத்துவச்சது அவ்வளவுதான்.”

“அது கெடந்து பரிதவிக்கிறத பாக்கணுமே. எங்கம்மா எங்களுக்கு எதுவும் செய்யாண்டாம், அம்மான்னு சொல்லிக்கிட ஆளா இருந்தாப்போதும், அதுக்கு எல்லாத்தயும் நாங்க செய்வமுன்னு சொல்லி அழுவுதுண்ணி.”

“அடக்கடவுளே.”

“நல்லாருந்த குடும்பம். யாரு கண்ணு பட்டுச்சோ, இப்புடி சின்னாபின்னப்பட்டு நிக்கி.” மனம் கனத்துப் போயிருந்தது காமாட்சிக்கு.

“நானும் போயி ஒரு எட்டு பாத்துட்டு வந்தர்றண்ணி” என்று ஆவரணம் எழுந்து போனாள்.

பார்வதியின் பார்வை புத்தகத்தின் வரிகளில் பதிந்திருந்தது. ஆனால் எதையும் படிக்க முடியவில்லை அவளால். எழுத்துகள் சொற்களாகவும் வரிகளாகவும் புத்தகத்தின் பக்கங்களில் மிதப்பதுபோல தோன்றியது. புத்தகத்திற்குள்ளிருந்து துருபத மன்னனின் மகள் பாஞ்சால நாட்டு அரசகுமாரி எழுந்து வருவதுபோலத் தோன்றியது. அந்த அரசகுமாரியின் தோற்றம் அச்சு அசலாய் பதினைந்து வருடங்களுக்கு முன் பார்வதி பார்த்த மாளியக்காட்டுப் பெண் காந்திமதி போலவே இருந்தது.

வண்டிக்கார மணிக்கு காந்திமதியை கல்யாணம் செய்தபோது பார்வதிக்கு எட்டு வயதுதான். மூன்றாம் வகுப்பு படித்துக்கொண்டிருந்தாள். பார்வதி வீட்டிற்கும் நான்காவது வீடுதான் மணியின் வீடு என்பதால் அது தன்னுடைய வீட்டில் நடந்த கல்யாணம் போலவே இருந்தது பார்வதிக்கு. கல்யாணத்தன்று மட்டும் அப்பளம் பாயாசத்திற்காக அடுத்தடுத்த மூன்று பந்திகளில் உட்கார்ந்து மூக்கு முட்டத் தின்று திக்குமுக்காடி இருக்கிறாள். போதாததற்கு மணியின் அக்கா மகள் கோமதியின் கூட்டாச்சியால் காந்திமதிக்கு பெண்தோழியாய் இருக்கும் அந்தஸ்தும் கிடைத்தது. புதுப்பெண்ணுக்குத் தோழி என்றால் ஒருநாள், இரண்டு நாளோடு முடிந்துபோகும் வேலையில்லை. கிட்டத்தட்ட மூன்று மாதங்கள் காந்திமதிக்கு தோழிகளாய் கோமதியும் பார்வதியும் இருந்தார்கள். புதுப்பெண்ணுக்குக் கிடைத்த சிறப்புகள் எல்லாம் இவர்களுக்கும் கிடைத்துக்கொண்டிருந்தது.

அப்போதெல்லாம் காந்திமதியைப் பார்க்க பார்வதிக்கு வியப்பாய் இருக்கும். வண்டிக்கார மணி நல்ல உயரம். மாநிறம். ஆள் பார்க்க வாட்டசாட்டமாய் இருப்பான். காந்திமதியும் அவனுக்கேற்ற உயரத்துடன் ஒடிசலாய் இருந்தாள். கொடிபோன்ற உடல்வாகு அவளுக்கு. மெல்லிய குரல். ஒருவருடன் பேசினால் அது மூன்றாவது

மனிதருக்குக் கேட்காது. பேசும்போது கண்கள் படபடத்து மின்னும். பார்வதிக்கு அவள் பேசுவதைக் கேட்க ஆசையாய் இருக்கும். அவளுடைய வாயையே பார்த்துக்கொண்டு இருப்பாள். ‘அய்யோ தெய்வமே’ என்று அவள் பதறி ஒருமுறைகூட பார்வதி பார்த்ததில்லை. அதிர்ந்து நடக்கவும் தெரியாது. மண்ணுக்கு நோகாமல் நடப்பாள். அவளின் நடையேகூட அலாதி அழகாயிருக்கும். கருகருவென்ற அடர்த்தியான தலைமுடி. பின்னிப்போட்டால் இடுப்புக்குக் கீழேயும் ஒரு முழம் தொங்கும். ஊரில் மற்ற பெண்களைப் போலவே நாடா வைத்துத்தான் பின்னுவாள். பாதி சடையில் மடித்துக்கட்டி நாடாவில் பூ போட்டுக்கொள்வாள்.

தனக்கு இப்படி ஒரு பெண்டாட்டி வாய்த்ததில் வண்டிக்கார மணிக்கு ஏகப்பட்ட பூரிப்பு. அதோடு மட்டுமல்லாமல் காந்திமதி ஏழாம் வகுப்புவரை படித்தும் இருந்தாள்.

அரச குடும்பத்துப் பெண்களும் தேவலோகத்துப் பெண்களும் காந்திமதி போலத்தான் இருப்பார்கள் என்று பார்வதி கோமதியிடம் அடிக்கடி சொல்லிக்கொண்டிருப்பாள்.

‘நம்ம ஊருக்கு வாக்கப்பட்டு வந்துருக்குற பொண்ணுவல்லயே காந்திமதி அக்காதான் ரொம்ப அழகு’ என்று எல்லோரிடமும் சொல்லிக்கொண்டு வருவாள். இவள் தன் பெண்டாட்டி பற்றி எல்லோரிடமும் சொல்லுவதைக் கேள்விப்பட்ட வண்டிக்கார மணி ஒரு நாள் பார்வதியைக் கூப்பிட்டு விசாரித்தான். அவனிடமும் அதையே சத்தியம் பண்ணிச் சொல்ல அவன் சந்தோஷத்தில் திளைத்துப் போனான். கொஞ்சமும் யோசிக்காமல் தன் சட்டைப்பைக்குள் கைவிட்டு ஒரு ரூபாய் எடுத்துக் கொடுத்தான்.

அப்போது இடும்பவனம் கோவிலில் திருவிழா நடந்து கொண்டிருந்தது. கற்பகநாதர் குளத்திலிருந்து எல்லோரும் திருவிழா காண நடந்துதான் போவார்கள். ஆனால் வண்டிக்கார மணி தன் பெண்டாட்டியை நடக்கவிடக்கூடாதென்று மாட்டுவண்டி கட்டி அழைத்துப்போனான். காந்திமதியோடு கோமதியும் பார்வதியும் போனார்கள். மாட்டுவண்டி கடமுடவென்று போகுமென்பதால் வண்டிப்பலகை மீது நிறைய வைக்கோலைப் பரப்பி அதன்மீது ஜமுக்காளத்தை விரித்துப்போட்டு மெத்தென்று ஆக்கியிருந்தான், காந்திமதியோடு மாட்டுவண்டியில் சென்றதைப் பெருமையாக நினைத்தாள் பார்வதி.

கல்யாணமான ஓர் ஆண்டிற்குள் காந்திமதிக்கு ஆண்குழந்தை பிறந்தது. அதிக இடைவெளி இல்லாமல் அடுத்தடுத்தும் ஓர் ஆணையும் பெண்ணையும் பெற்றாள். மூன்றாவது பிள்ளைக்கு காந்திமதி அறையில் கிடந்தாள். பெண்டாட்டிக்கு வலிக்குமென்று நினைத்த வண்டிக்கார மணி, தானே போய் குடும்பக் கட்டுப்பாடு செய்துகொண்டு வந்தான். பெண்டாட்டியை தலையில் தூக்கி வைத்துக்கொண்டு ஆடுவதாய் எல்லோரும் கேலி பேசினார்கள். ஆனால் அதைப்பற்றியெல்லாம் அவன் கொஞ்சமும் கவலைப் படவில்லை. பெண்டாட்டி, மூன்று பிள்ளைகள் என்று தன் குடும்பம் பெரிதாகிவிட்டதால் அதிகமாய் சம்பாதிக்க வேண்டுமென்று நினைத்தான். ஊர் ஊராய் வண்டி ஓட்டிக்கொண்டு போனான்.

குடும்பக் கட்டுப்பாடு செய்து முழுதாய் இருபது நாட்கள்கூட ஆகவில்லை. ஆலங்காட்டுக்கு வைக்கோல் வண்டி ஓட்டிக்கொண்டு போனான் மணி. பட்டுக்கோட்டை ரோட்டில் எதிரே வந்த லாரிக்கு ஓரமாய் ஒதுங்கி வழிவிட்டபோது, வண்டி குடைசாய்ந்து பக்கத்தில் இருந்த கிடங்கு பள்ளத்தில் விழுந்தது. மணியும் மாடுகளும் உயிர் பிழைத்தது பெரும்பாடு. அப்படியும் ஏடாகூடமாய் விழுந்ததில் இடுப்புக்கு மேல் முதுகெலும்பில் பலமாய் அடிபட்டுவிட்டது மணிக்கு. ஒரு மாத காலம் எழுந்து நடக்க முடியாமல் படுத்த படுக்கையாய்க் கிடந்தான்.

மணி படுக்கையில் கிடக்கும்போதே காந்திமதியிடம் கொஞ்சம் கொஞ்சமாக மாற்றம் ஏற்பட்டது. வழக்கத்தைவிட அதிகமாய் அமைதியானாள். கைக்குழந்தை அழுதால்கூட வாய் திறந்து தாலாட்டுவதில்லை. தட்டிக்கொடுத்து சமாதானப்படுத்துவதில்லை. பிள்ளையைத் தூக்கி பால் கொடுப்பாள், தொட்டிலில் போட்டு ஆட்டிவிடுவாள். யாரிடமும் எதுவும் பேசுவதில்லை. கிட்டதட்ட பேசுவதையே மறந்துவிட்டாளோ என்றுகூட சந்தேகப்படத் தோன்றியது. தன் உணர்வற்று செய்பவளைப்போல வழக்கமான வேலைகளைச் செய்துவந்தாள். உண்பதும் உறங்குவதும்கூட முன்புபோல் இல்லையென்று பேசிக்கொண்டார்கள் எல்லாரும்.

“புருசங்காரன் அடிபட்ட அதிர்ச்சியாலதான் இப்புடி ஆயிட்டு” என்றனர் சிலர்.

வண்டிக்கார மணி குணமடைந்து மறுபடியும் வண்டி ஓட்ட ஆரம்பித்தான். அவன் என்ன வாங்கிவந்து கொடுத்தாலும் எதுபற்றி கேட்டாலும் அவனிடம் வாய் திறப்பதில்லை. காந்திமதி வீட்டைவிட்டு

வெளியே எங்கும் போவதில்லை. யாரிடமும் எதிர்ப்படுவதில்லை. வலியனாய் வீட்டிற்கே வந்து யாராவது பேச்சு கொடுத்தாலும் காதில் விழாததுபோல நடந்துகொள்வாள்.

பிள்ளைகள் வளர்ந்து பெரியவர்களானார்கள். கிட்டத்தட்ட பத்து வருடங்கள் காந்திமதி அப்படியேதான் இருந்தாள்.

ஒருநாள் பார்வதி மணக்கொல்லையில் முற்றிய ஆமணக்கு காய்களைப் பறித்துக்கொண்டிருந்தாள். அப்போது அவளின் எதிரே வந்து நின்றாள் காந்திமதி. பார்வதியால் தன் கண்களையே நம்ப முடியவில்லை.

"எனக்கொரு ஒதவி செய்யிறியா?" உதடுகள் அசைவதைப் பார்த்திருக்காவிட்டால் அவள் என்ன சொல்கிறாள் என்பதைக் கண்டு பிடித்திருக்க முடியாது. இவ்வளவு மெதுவாகக்கூட பேச முடியுமா என்று தோன்றியது பார்வதிக்கு. இருந்தாலும் அவள் வாய் திறந்து பேசியதே ஆச்சர்யம்தானே.

"என்னக்கா செய்யணும் சொல்லுங்க."

"நான் ஒரு நாடகம் எழுதி வச்சிருக்குறன். என்னோட கையெழுத்து அழகால்ல, அதப்பாத்து வேற தாளுல எழுதி திருச்சி ரேடியாவுக்கு அனுப்பிடு."

"..."

"நாடகம் நல்லாருக்குன்னு பணம் அனுப்புவானுவொ. அத நீ எடுத்துக்க."

தன் மாராப்பை விலக்கி ரவிக்கைக்குள்ளிருந்து நான்காய் மடித்து வைத்திருந்த ஒரு கோடுபோட்ட நோட்டுத்தாளை எடுத்து சுற்றும் முற்றும் பார்த்துவிட்டு பார்வதியின் கைக்குள் வைத்து அழுத்தினாள்.

"பத்தரம். யாருக்கிட்டயும் சொல்லிப்புடாத" என்றவள் பார்வதியின் பதிலுக்குக் காத்திருக்காமல் திரும்பி நடந்தாள்.

எத்தனை நாட்களாய் ரவிக்கைக்குள்ளேயே இருந்ததோ தெரியவில்லை. தாள் கசங்கி அதன் ஓரங்கள் நைந்துபோயிருந்தன. கிழிந்துவிடாதபடி மெதுவாய் அதனைப் பிரித்துப் படித்தாள். சம்மந்தா சம்மந்தமில்லாமல், ஒவ்வொரு சொல்லாக, சேர்த்துப் படிக்க முடியாதபடி எழுதப்பட்டிருந்தன. பாதிக்கு மேற்பட்ட சொற்கள் குறில் நெடில் பிழையாகவும், ஒற்றெழுத்துக்கள் விடுபட்டும் இருந்தன. அதில் ஒன்றுமில்லை என்று நினைத்த பார்வதி அந்தத் தாளை தூக்கிப் போட்டுவிட்டாள். ஆனால் காந்திமதி மீதிருந்த வியப்பு அந்தத் தாளை

மறுபடியும் எடுத்துப் பார்க்கத் தூண்டியது. சொற்களை மனதிற்குள்ளேயே திருத்தி தன் விருப்பத்திற்கு வரிசைப்படுத்திப் பார்த்தாள். அப்படிப் பார்க்கும்போது "சூரியன், ஒரு தாமரைக்குளம், ஏழெட்டு இலைகள், ஒரேயொரு தாமரைப்பூ, வண்டு, தேன். தேன் இனிப்பாய் இருக்கும். தாமரை பூப்பது சூரியனுக்காக, சூரியனால் தேன் குடிக்க முடியாது. வண்டுக்குத் தேன் கிடைக்கும். தாமரைக்கு வண்டைக் கண்டால் கோபம் வரும்" என்று வந்தது.

"என்ன இந்தக்கா இப்புடி எழுதியிருக்கே" என்று குழம்பினாள். எதுவாக இருந்தாலும் இருக்கட்டுமென்று வீட்டிற்குப்போய் அந்தத் தாளை தன்னுடைய துணிமணிகள் போட்டு வைத்திருக்கும் கொடிக்குப் பின்னால் வரிச்சிக் கீற்றுக்குள் யாருக்கும் தெரியாமல் செருகி வைத்தாள்.

இது நடந்து ஏழெட்டு நாட்கள் இருக்கும். ஒருநாள் பார்வதி மட்டும் தனியாயிருந்த நேரம் பார்த்து பார்வதியின் வீட்டிற்கு வந்தாள் காந்திமதி.

"நான் குடுத்தனே அனுப்பிட்டியா?"

பார்வதிக்கு அவளிடம் பொய்சொல்ல மனம் வரவில்லை. "இன்னம் அனுப்பலக்கா" என்றாள் தயக்கமாக.

"இது தெரியாம நான் தெனமும் பெரியபண்ண ரேடியாவுல நம்ம நாடகம் ஓடுதான்னு காதுகுடுத்துக் கேட்டுக்கிட்டு இருக்குறன்."

பார்வதியால் பதிலேதும் சொல்ல முடியவில்லை.

"நீனாவுது படிச்சியா?"

"ம்."

"என்ன படிச்ச சொல்லு."

பார்வதிக்கு எல்லாம் மனப்பாடமாய் இருந்தது. வரிசையாய்ச் சொன்னாள். தான் எழுதியது இவ்வளவு நன்றாக இருக்குமென்பது அவள் எதிர்பார்க்கவில்லை போலும். பார்வதி படித்ததைக் கேட்டு கைகளையும் தொடையையும் மாற்றி மாற்றித் தட்டி மகிழ்ச்சியில் திளைத்தாள். அவளுடைய முகம் பூரிப்பால் பளிச்சிட்டது.

"நான் எழுதுனத்த அப்புடியே சொல்லிட்டியே. எங்க கோமதிக்கெல்லாம் இதப் படிக்கவே தெரியாது. அதுனாலதான் ஒன்கிட்ட குடுத்தன்" என்றாள்.

காந்திமதி இவ்வளவு பேசியது பார்வதிக்கு ஆச்சரியமாய் இருந்தது. பார்வதிக்கு பரிசாக ஏதாவது கொடுக்கவேண்டுமென்று நினைத்திருக்க வேண்டும். தன் மடியைப் பிரித்து அதில் கிடந்த நான்கைந்து தேங்காய் இணுக்குகளை எடுத்து பார்வதியின் கையில் திணித்தாள்.

“எதுக்குக்கா?”

“தொவய அரைக்க இணுக்குனது. நீ தின்னு.”

“நின்னுக்கிட்ட இருக்குறியளேக்கா, ஒக்காருங்களேன்” என்றவளுக்கு பதிலேதும் சொல்லாத காந்திமதி “நீ சூரியன பாத்துருக்குறியா?” என்றாள்.

“ம்..”

“எங்க?”

“மேலதான்.”

“நான் அதக் கேக்கல.”

பார்வதிக்கு குழப்பமாக இருந்தது. காந்திமதியின் முகத்தையே பார்த்தாள்.

“நான் எழுதியிருக்குற சூரியனத் தெரியுமா?”

தெரியாதென்று தலையாட்டினாள் பார்வதி.

“தெனமும் தெக்கேருந்து சைக்கள்ள காலயில வரும். சாங்காலம் திரும்பிப்போவும்.” காந்திமதி சொல்லும்போது அவளுடைய கண்கள் மின்னியது.

“காலயில எட்டே முக்கா வண்டி திரும்பிப் போனதுக்குப்பெறவு எங்க வூட்டுக்கு வா, நான் காட்டுறன்.”

“யாருன்னு சொல்லுங்க நான் இஞ்சயிருந்தே பாத்துக்கிறேன்” கிணற்றுக்குள்ளிருந்து பேசுபவளைப் போலிருந்தது பார்வதியின் குரல்.

“ரோட்டுல போறத்த வூட்டுக்குள்ள இருந்துக்கிட்டு எப்புடி பாப்ப?”

“எங்க புளிய மரத்துல ஏறி ஒக்காந்துகிட்டு பாத்தா தெக்கேருந்து வடக்க போறவரைக்கும் பாக்கலாம்” என்றாள் காந்திமதி.

“மரத்துல ஏறிக்கிட்டு பாக்குறதா?” ஆச்சரியத்தை அடக்க முடியாமல் கேட்டேவிட்டாள் பார்வதி.

“ஆமா.” தலையாட்டிப் புன்னகைத்தாள்.

“யாராவது பாத்துட்டா?”

“எங்க வூட்டுக்கு யாரும் வரமாட்டாவொ. யாராலயும் கண்டுபுடிக்க முடியாது.”

“சரிக்கா” என்றாள் பார்வதி. அப்போதைக்கு அவளை அங்கிருந்து போகச்சொல்ல வேண்டுமே என்பதற்காக.

வந்த சுவடு தெரியாமல் திரும்பிப் போய்விட்டாள் காந்திமதி. பார்வதிக்கு ஒரே குழப்பமாக இருந்தது. இவள் பேச்சைக்கேட்டு போவதா வேண்டாமா என்று பலமாக யோசித்தாள். இதுபோன்ற காரியங்களில் ஈடுபடுவது அவள் அம்மா காமாட்சிக்குத் தெரிந்தால் தோலை உறித்து தப்புக்கட்டி விடுவாள். “நமக்கேன் வம்பு. அந்த பைத்தியத்தின் பேச்சை கேட்டுக்கொண்டு போவதாவது. பேசாமல் இருந்துவிடுவோம்” என்று முடிவு செய்துகொண்டாள்.

மறுநாள் காலை பார்வதி ஆடுகளை மேய்ச்சலில் கட்டிக் கொண்டிருந்தாள். அப்போது பக்கத்து சவுக்குத் தோப்பிற்குள்ளிருந்து வந்தாள் காந்திமதி. அவளைப் பார்த்ததும் திடுக்கிட்டது மனது. இன்று ‘என்ன சொல்லப் போகிறாளோ’ என்று பயந்தாள். கிட்டே வந்த காந்திமதி, “மறந்துடாத. எட்டே முக்கா வண்டி திரும்புனதும் வந்துடு” என்றாள். ஒருபக்கம் பயம் பார்வதியைத் தயங்க வைத்ததென்றாலும் இன்னொரு பக்கம் காந்திமதி காட்டப்போகும் சூரியன் யாரென்று தெரிந்துகொள்ளும் ஆவலும் அதிகமானது.

நல்லவேளையாக பார்வதியின் அம்மா காமாட்சி அந்தக் காலை நேரத்திலேயே களையெடுக்கும் ஆட்களை அழைத்துக்கொண்டு கொல்லைக்குப் போனாள். இனி பொழுது சாய்ந்துதான் வீடு திரும்புவாள். இது பார்வதிக்கு சற்று ஆறுதலாய் இருந்தது. சூரியனைப் பார்க்கும் ஆர்வம் நிமிடத்திற்கு நிமிடம் அதிகமாகிக்கொண்டே இருந்தது. எட்டேமுக்கால் வண்டி ஒலித்தபடி ரோட்டில் திரும்பிப் போனது. வீட்டின் பின்பக்க வழியாகப் போனாள் பார்வதி. வேலிக்கு வெளியே நின்று மரத்தினடியில் வண்டியும் வண்டி மாடுகளும் கிடக்கின்றனவா என்று பார்த்தாள். இல்லை, மெதுவாக வேலிக்கு உள்ளே நுழைந்தாள். காந்திமதியின் வீட்டைச்சுற்றி உயரமான மரங்கள் அடர்ந்திருந்தன. பிள்ளைகளெல்லாம் பள்ளிக்கு அப்போதுதான் கிளம்பிப் போயிருந்தார்கள்.

சாலையை ஒட்டியிருந்தது அந்த பெரிய புளியமரம். நல்ல உயரம். சுற்றிலும் வேலியடைத்து தென்னங்கீற்றால் வேய்ந்திருந்தான் மணி. ரோட்டில் போகும் யாருக்கும் மரத்தடியில், வீட்டுவாசலில் நிற்பது தெரியாது.

காந்திமதி தயாராய் மரத்தடியிலேயே நின்றுகொண்டிருந்தாள். பார்வதியைக் கண்டவுடன் 'வா' என்பதுபோல கைகாட்டிவிட்டு மரத்தில் ஏறினாள். முண்டும் முடிச்சுமாய் இருந்தது அடிமரம். மரக்கிளைகளும் அடிக்கொன்றாய் இருந்தன. அவற்றில் அடிவைத்து பிடித்துக்கொண்டு ஏறுவது சுலபமாக இருந்தது. காந்திமதி உயரமான கிளையொன்றில் ஏறி உட்கார்ந்துகொண்டாள். கால்களை தொங்கப் போட்டுக்கொண்டு சாய்மானம் போன்ற நடுமரத்தில் சாய்ந்து கொண்டாள். கீழேயிருந்து பார்த்தால் மரத்தில் உட்கார்ந்திருப்பதை அவ்வளவு சீக்கிரத்தில் கண்டுபிடிக்க முடியாதுதான். இன்னொரு கிளையைக்காட்டி பார்வதியை அதில் உட்காரச் சொன்னாள். ஒருவித நடுக்கத்தோடும் ஒருவிதமான சுவாரஸ்யத்தோடும் ஏறி காந்திமதி காட்டிய கிளையில் உட்கார்ந்துகொண்டாள். காந்திமதியின் பார்வை தெற்கிருந்து வரும் சாலையில் பதிந்திருந்தது.

"யாரும் கண்டுக்கிட்டா" என்றாள் பார்வதி மறுபடியும் தயக்கமாக. சற்று மேலே இன்னொரு பக்கமாய்ப்போகும் கிளையை நோக்கி கைகாட்டினாள் காந்திமதி.

காட்டிய கிளையைப் பார்த்தாள். பெரிய தேனடை ஒன்று தொங்கிக் கொண்டிருந்தது. அதைப் பார்த்ததும் இன்னும் பயமாகிவிட்டது. அந்தக் கிளையை கொஞ்சம் அசைத்தாலும் போதும் தேனீக்கள் அவர்களை மொய்த்துக்கொள்ளும். இவ்வளவு தேனீக்களிடமிருந்து உயிரோடு தப்பிப் போகமுடியுமா என்று நினைத்துப்பார்த்தாள்.

"யாருங்கேட்டா தேனெடுக்க வந்தன்னு சொல்லு."

சொல்லிவிட்டு ஒரு விநாடிகூட நிற்கவில்லை. போய்விட்டாள். என்ன செய்வதென்று மறுபடியும் குழம்பினாள் பார்வதி. 'அம்மாவுக்குத் தெரியாம போவமுடிஞ்சா போயிட்டு வந்திடலாம்'

"தேனெடுக்குற ஆளா நம்ம? தேனெடுக்க இப்புடித்தான் வருவாவொளா? கேப்பயில நெய் வடியிதுன்னா கேப்பாருக்கு புத்தி பீ திங்கயா போயிரும்." காந்திமதியை ஏறிட்டுப் பார்த்தாள்.

'இவளா பைத்தியம்? இவளுக்கா சித்தம் கலங்கிப் போயிருக்கிறது.'

"அங்க பாரு சூரியன." உற்சாகமாய் கையைக் காட்டினாள்.

தெற்கேயிருந்து தூரத்தில் யாரோ ஒருவர் சைக்கிள் மிதித்துக் கொண்டு வருவது தெரிந்தது.

"தெரியிதா, இல்லியா?"

"மொகம் சரியாத் தெரியலக்கா."

"சூரியனப் பாத்தா கண்ணு கூசுமுல்ல. அதான் தெரியல."

காந்திமதி பேசுவதைக் கேட்க வேடிக்கையாகவும் வியப்பாகவும் இருந்தது.

சைக்கிள் அருகில் வந்தது. வந்தவனின் முகத்தை நன்றாகப் பார்த்த பார்வதிக்கு அதிர்ச்சியில் நெஞ்சு அடைத்துக்கொண்டது போலிருந்தது. வண்டிக்கார மணியின் சொந்தக்காரப் பையன் அவன். காந்திமதிக்கு தம்பி முறையானவன், இருபத்தைந்து வயதுதான் இருக்கும் அவனுக்கு, படித்துவிட்டு வேலை கிடைக்காமல் இடும்பவனம் சொசைட்டியில் கணக்கெழுதிக்கொண்டிருந்தான்.

அவனைப் பார்த்த பிறகு ஒரு நொடிகூட மரத்தில் இருக்கப் பிடிக்கவில்லை பார்வதிக்கு, சரசரவென்று மரத்தைவிட்டு இறங்கினாள். அவன் போவதையே வைத்த கண் வாங்காமல் பார்த்துக்கொண்டிருந்த காந்திமதி, இவன் கீழே இறங்குவதை உணர்ந்து திடுக்கிட்டு பின்னால் இறங்கி வந்தாள்.

"எப்புடி என்னோட சூரியன்? தேவலாமா?"

"இது சரியில்லக்கா"

"யாஞ் சரியில்லங்குற"

"எனக்கு அது அண்ணன். ஒங்களுக்கு தம்பி மொறயாவணும்"

"எப்புடி? யாங்கூட ஒட்டியா பொறந்திச்சி?"

"அண்ணந்தம்பி மொறன்னாலே கூடப் பொறந்தமேரிதான்."

"நீ என்ன இப்ப வந்து இப்புடிச் சொல்லுற? ஆறு மாசமா அந்தச் சூரியனப் பாத்துதான் இந்தப்பூ பூக்குது அது ஒனக்குப் புடிக்கலயா?"

பார்வதியால் பதிலேதும் சொல்ல முடியவில்லை. அதற்குமேல் அங்கு நிற்கவே பிடிக்கவில்லை அவளுக்கு. வந்த வழியில் திரும்பி ஒரே ஓட்டமாக ஓடி வந்துவிட்டாள். வீட்டிற்கு வந்தும்கூட படபடப்பு அடங்கவில்லை. காந்திமதி எழுதிக்கொடுத்த தாளை எடுத்து கிழித்து அடுப்புக்குள் போட்டாள். இனிமேல் காந்திமதியோடு பேசவே கூடாதென்று முடிவு செய்துகொண்டாள். அதற்குத் தகுந்தாற்போல் காந்திமதியும் அவளைத் தேடிக்கொண்டு வருவதை நிறுத்திவிட்டாள். நிம்மதியாய் இருந்தது பார்வதிக்கு.

இது நடந்து ஆறு மாதம் ஆகியிருக்கும். ஒரு நாள் சவுக்குத் தோப்பிற்குள் ஆடுகளுக்குத் தழை ஒடித்துப்போட்டுக் கொண்டிருந்தாள் பார்வதி. அரவம் படாமல் அவளுக்கு முன்னால் வந்து நின்றாள் காந்திமதி.

"என்னோட விஷயம் ஒனக்கு மட்டுந்தான் தெரியும். நீதான் என்னமோ பண்ணிப்புட்ட" என்றாள்.

அதைக்கேட்டு திடுக்கிட்ட பார்வதி, "நான் ஒண்ணும் பண்ணலயே" என்றாள்,

"நாலுநாளா என்னோட சூரியனக் காணும். எல்லாம் இருளோகமா கெடக்கு, நான் எப்படி பொழக்கிறது?" தனக்குள் புலம்புபவளைப்போல சொல்லிக்கொண்டிருந்தாள்.

"..."

"நான் செத்துபோவணுமுன்னு நெனக்கிறியா?"

"அக்கா. எனக்கொன்னும் தெரியாது. இனிமே என்னக்கிட்ட இதப்பத்தியெல்லாம் பேசாதீய்ய."

"நான் செத்துருவன். நீதான் காரணமுன்னு எழுதி வச்சிட்டு செத்துருவன்." அதிகமாய் அவள் உதடுகள் அசையவில்லை. குரலும் உயரவில்லை. இருந்தாலும் பார்வதியை அந்த வார்த்தைகள் நூறு கூறாக்கிப் போட்டுவிட்டது போலிருந்தது. அவள் காலடியின் சருகு நொறுங்காமலும் புல்லின் நுனி மடங்காமலும் நடந்து காற்றைக்கூட கலைத்துவிடாதவள்போல திரும்பிப் போய்விட்டாள்.

பார்வதிக்கு பயமாக இருந்தது. இந்தப் பைத்தியம் எதையாவது எழுதி வைத்துவிட்டு உண்மையாகவே செத்துப்போய்விட்டால் என்ன செய்வதென்று பயந்தாள்.

'என்னதான் ஆகியிருக்கும் அந்த அண்ணனுக்கு?' நான்கு நாட்களாய் சொசைட்டிக்குப் போகாமல் எங்கே போயிருக்கும் என்று நினைத்தவள் அவனைப்பற்றி விசாரிக்கத் தொடங்கினாள். தஞ்சாவூரில் அரசாங்க வேலை கிடைத்துப் போய்விட்டது பிறகுதான் தெரியவந்தது. அந்தண்ண வேல கெடச்சிப்போவ, நம்ம தலயில ஏறி ஒக்காந்துக்கிட்டுதே இந்த சனியன். அம்மாவுக்குத் தெரிஞ்சா என்ன ஆவும்' அவ்வப்போது காந்திமதியை நினைத்து பயந்துகொண்டேயிருந்தாள்.

அடுத்த ஒரு மாதத்திற்குள் காந்திமதியைப் பற்றிய செய்தி ஒன்று பரவியது. நல்லவேளையாக அதில் பார்வதியை அவள் சம்மந்தப் படுத்தவில்லை.

இவர்கள் இருக்கும் தெருவில் கடைசி வீடு குமார் வீடு. குமாரின் அப்பாவும் அம்மாவும் சற்று வயதானவர்கள். குமார் அவர்களுக்கு ஒரே பிள்ளை. பட்டப் படிப்பெல்லாம் படித்து முடித்துவிட்டு ஆறு மாதமாக வீட்டில் இருக்கிறான். படித்த பிள்ளை என்பதால் வீட்டில் பக்கவாட்டில் ஒரு கொட்டகையைப் போட்டுக்கொண்டு அதில் இருந்து வந்தான். கொட்டகையை வெகு நாகரிகமாய் ஆக்கியிருந்தான். மேசை, நாற்காலி, புத்தகங்கள், கண்ணாடி, படுத்துக்கொள்ள உயரப்பலகை இதுபோன்ற பொருட்களைக்கொண்டு அலங்கரித்திருந்தான். சாப்பிட மட்டும்தான் வீட்டிற்குள் போவான். மற்றபடி படிப்பது, எழுதுவது, தூங்குவது எல்லாம் இந்த கொட்டகையில்தான். அவனை ஒத்த படித்த ஆட்கள் வந்தால் மட்டும் கொட்டகைக்குள் உட்காரவைத்துப் பேசிக்கொண்டிருப்பான். வேறு எவரையும் உள்ளே அனுமதிப்பதில்லை. குமாரின் அம்மா, அப்பாகூட அவனிருக்கும்போது கொட்டகைக்குள் போவது கிடையாது.

அன்றும் அப்படித்தான் குமார் இரவு சாப்பாட்டுக்குப் பிறகு தன்னுடைய கொட்டகையில் வந்து படுத்துக்கொண்டான். அவனின் அம்மாவும் அப்பாவும் வழக்கம்போல வீட்டிற்குள் படுத்துக் கொண்டார்கள். சிறிது நேரத்தில் எல்லோரும் நன்றாகத் தூங்கிவிட்டார்கள்.

தன் வீட்டிலும் தெருவிலும் எல்லோரும் தூங்கிய பிறகும் தான் படுத்திருந்த இடத்தைவிட்டு எழுந்தாள் காந்திமதி. தூக்கத்தில் நடப்பவளைப்போல நடந்து தெருவைக்கடந்து குமாரின் கொட்டகைக்குள் நுழைந்தாள். இருட்டில் பழகிய அவள் கண்களுக்கு அவன் தலைவைத்திருக்கும் இடமும் கால் நீட்டியிருக்கும் திசையும் நன்றாகத் தெரிந்தது. அவன் படுத்திருந்த அந்தப் பலகைக்கும் பக்கத்தில் தரையில் அவனுக்கு இணையாய் படுப்பவளைப்போல் படுத்துக்கொண்டாள். குமார் தூக்கத்தில் உருள்பவனாயிருந்தால் அவள் மீதுதான் உருண்டு விழவேண்டியிருக்கும். நல்லவேளையாக அப்படியேதும் நடக்கவில்லை. ஆனால், நடு இரவில் சிறுநீர் கழிக்க எழுந்த குமார் கீழே கால் ஊன்ற, காந்திமதியின் மீது காலை வைத்துத் தடுமாறி, விழுந்து, பயந்து அலறினான். மகனின் அலறல் சத்தம் கேட்டு பாம்போ, பேயோ, பிசாசோ என்று தடிக்கம்பு விளக்குமாற்றுடன் ஓடிவந்தார்கள் குமாரின் பெற்றோர்.

அடிப்பதற்கு முன்னால் அரிக்கனைத் தூண்டிவிட்டு யாரென்று பார்த்தார் குமாரின் அப்பா. கனவில் நிற்பவளைப்போல் எந்த குற்றவுணர்வும் பதட்டமும் இல்லாமல் எழுந்து நின்றாள் காந்திமதி. இவளைப்பார்த்த மூன்று பேரும் அதிர்ச்சியடைந்தனர். அதற்குள்

சத்தம் கேட்டு அக்கம் பக்கத்தினர் சிலரும் வந்து சேர்ந்தனர். கூட்டம் கூடுவதை விரும்பாத குமாரின் அம்மா, “ஏதோ தூக்கத்துல நடக்குறமேரி வந்துட்டு போலருக்கு. இத பெரிசிபடுத்தாண்டாம். எல்லாரும் போயிப்படுங்க. இந்தப் பொண்ண நாங்கொண்டு உட்டுட்டு வந்தர்றன்” என்றவள் காந்திமதியின் கையைப்பிடித்து அழைத்துக்கொண்டு போனாள்.

இந்தப் பிரச்சனை இதோடு முடிந்துபோகவில்லை. மறுநாளும் அதற்கு மறுநாளும்கூட காந்திமதி அதேபோல் நடந்துகொண்டாள். குமாரின் அம்மாவுக்கும் அப்பாவுக்கும் பயமேற்பட்டது. தன் மகன்மீது ஏதாவது பழி விழுந்துவிட்டால் என்ன செய்வதென்று நினைத்தவர்கள், மறுநாள் நடந்த விஷயங்களை வண்டிக்கார மணியிடமும் அவன் சொந்தக்காரரர்களிடமும் சொல்லிவிட்டார்கள். விஷயம் ஊரெங்கும் பரவிவிட்டது.

அதற்குப்பிறகு தினமும் இரவில் மட்டும் காந்திமதியின் காலில் சங்கிலிபோட்டு அதைத் தன் கையில் சுற்றிப் பிடித்தபடியே தூங்கினான் மணி. தன்னை சங்கிலியால் கட்டியதற்கு மறுப்பேதும் சொல்லாமல் கட்டுப்பட்டுக் கிடந்தாள் காந்திமதி.

அடுத்த சில நாட்களில் பகல் நேரத்தில் தோப்பிற்குச் செல்ல ஆரம்பித்தாள் காந்திமதி. வண்டிக்கார மணிக்கு ஒரு மாந்தோப்பும் நூற்றைம்பதுக்கு மேற்பட்ட தென்னை மரங்களும் இருந்தன. மரங்களிலிருந்து விழுந்து கிடக்கும் மட்டைகளைப் பொறுக்கி அடுக்குவது, விறகுகளைப் பொறுக்கி முட்டு குவிப்பது போன்ற வேலைகளைச் செய்துகொண்டிருந்தாள். பெண்டாட்டிக்கு தோப்பை கவனிக்கும் அக்கறை வந்துவிட்டது என்று நினைத்தான் மணி. அவனுக்கு காந்திமதியின் இந்தச் செயல் பெரும் நிம்மதியை ஏற்படுத்தியது. இனிமேல் படிப்படியாக நம் பெண்டாட்டி சரியாகிவிடுவாள் என்று நம்பினான். காந்திமதி எப்போது வேண்டு மானாலும் தோப்பிற்குப் போகட்டும் வரட்டுமென்று அதுபற்றி எதுவும் கண்டுகொள்ளாமல் இருந்தான்.

மணியின் தோப்பிற்கு அடுத்த தோப்பு இராமையன் வாத்தியாருக்குச் சொந்தமானது. தன் தோப்பிற்குள் பெரிய கொட்டகை ஒன்றை கட்டியிருந்தார் அவர். தேங்காய் வெட்டு முடிந்து, தேங்காய்களை லாரியில் ஏற்றிவிடும்வரை அந்தக் கொட்டகைக்குள் தான் போட்டு வைத்திருப்பார். வாத்தியாருக்கு இரண்டு ஜோடி உழவு மாடுகளும் ஒரு டயர் வண்டியும் ஒரு ஜோடி வண்டி மாடுகளும்

இருந்தன. மாடுகளைக் கட்டுவது, வண்டி நிறுத்துவது எல்லாம் இந்த கொட்டகைக்குள்தான். படிப்பை பத்தாவதோடு நிறுத்திவிட்டு ஊர் சுற்றிக்கொண்டிருந்த அண்ணன் மகன் ரவியை, தன் வண்டியை ஓட்டும்படி அமர்த்தியிருந்தார். பெரும்பாலான நாட்கள் வண்டி தேங்காய் ஏற்றப்போகும். தினமும் வண்டிக்கு வாடகைப்பணம் கிடைத்து வந்ததால் ரவியின் கையில் எப்போதும் காசு புழங்கிக் கொண்டிருந்தது.

வண்டி ஓட்டினாலும் ரவி நாகரிகமாய் உடுத்திக்கொள்வான். சோப்புப்போட்டு குளிப்பது, துணிமணிகளை சுத்தமாய் வைத்துக் கொள்வது, துளிசியாப்பட்டினம், மரைக்காயர் வீட்டிலிருந்து வெளிநாட்டு சென்ட் வாங்கிவந்து போட்டுக்கொள்வது இப்படி எப்போது பார்த்தாலும் ஒரு பணக்கார தோரணையுடனே இருந்தான் ரவி.

வண்டி மாடுகளையும் உழவு மாடுகளையும் பராமரிப்பதுகூட ரவியின் வேலைதான். மாட்டுக்குத் தேவையான வைக்கோலை வேறொரு இடத்தில் இருக்கும் போரிலிருந்து எடுத்துவந்து போடவேண்டும். வைக்கோல்கட்டை தலையில் தூக்கிவர நாகரிகம் பார்க்கும் ரவி வண்டியை ஓட்டிக்கொண்டுபோய் இரண்டு மூன்று நாட்களுக்குத் தேவையான வைக்கோலைப் பிடுங்கி வண்டியில் போட்டுக் கொண்டு வருவான். அன்றும் அப்படித்தான் வண்டியில் வைக்கோலைப் போட்டு நிரப்பிக்கொண்டு வந்தான். வைக்கோலுடன் வண்டியை கொட்டகைக்குள் நிறுத்திவிட்டு மாடுகளுக்கு தண்ணீர் காட்டினான். தனித்தனியாக அவற்றைக் கட்டினான். சூரியன் அப்போதுதான் உச்சியைவிட்டு கீழே இறங்கிக்கொண்டிருந்தது. பொழுதுபோகும் நேரத்தில்தான் மாடுகளுக்குத் தீனி அள்ளிப்போடுவான். பொழுது போகும்வரை இங்கே எதற்காக உட்கார்ந்திருக்க வேண்டும் என்று நினைத்தவன் வீட்டிற்குப் போய்விட்டான்.

இதையெல்லாம் தன் தோப்பிலிருந்தபடியே கவனித்துக் கொண்டிருந்தாள் காந்திமதி. அவளுக்கு என்ன தோன்றியதோ தெரியவில்லை. வீட்டிற்குப் போகாமல் தன் தோப்பிலேயே நீண்ட நேரம்வரை உட்கார்ந்திருந்தாள். பொழுதுபோகும் நேரத்தில் வாத்தியார் வீட்டு தோப்புக் கொட்டகைக்குள் நுழைந்தாள். தன் புடவையை அவிழ்த்து பந்துபோல சுருட்டி வண்டிச்சக்கரத்தில் செறுகி வைத்தாள். வெறும் உள்பாவாடை, சட்டையுடன் வண்டியில் கிடந்த வைக்கோலுக்குள் புகுந்து மல்லாந்து படுத்துக்கொண்டாள். தன் கால்களும் உடம்பும் வெளியே தெரிந்துவிடாதபடி வைக்கோலால்

நன்றாக மூடிக்கொண்டாள். பிணம்போல அசையாமல் கிடந்தாள். ரவி வருவான் என்று அவள் எதிர்பார்த்தது போலவே, புதுப்படப் பாடலொன்றை சன்னமாய் பாடியபடி வந்தான். ரவியின் காலடியோசை வண்டிக்குப் பக்கமாய்க் கேட்டது. மூச்சுவிட்டாலும் தெரிந்துவிடுமோ என்று நினைத்த காந்திமதி மூச்சை அடக்கிக்கொண்டு கிடந்தாள். வழக்கமாய்ச் செய்யும் வேலைதான் என்பதால் ஒருவித அலட்சியத்தோடு வண்டிக்குள் கிடந்த வைக்கோலை இரண்டு கையாலும் சேர்த்து அள்ளிக்கொண்டுபோய் பக்கத்தில் கிடந்த மாடுகளுக்குப் போட்டான். மறுமுறை வைக்கோல் அள்ளுவதற்காக வண்டியின் அருகே வந்தான். வண்டியில் இவன் முன்பு அள்ளிய இடைவெளியில் இரண்டு கால்கள் மட்டும் தெரிந்தன. வைக்கோலுக்குள் இருந்து நீண்டு கிடந்த அந்தக் கால்களைப் பார்த்தவுடன் ரவி தன் ரத்தம் உறையும் அளவிற்கு நடுங்கிப்போனான். பேயோ, பிசாசோ என்று பயந்த ரவி 'வால்' என்று கத்திவிட்டான். அவன் அங்கிருந்து ஓடிவிடலாமென்று நினைத்த நேரத்திற்குள் சடக்கென்று எழுந்து உட்கார்ந்தாள் காந்திமதி.

"யாம்ப்பா இப்புடி கத்துற?" என்று கேட்டவாறே வண்டியைவிட்டு இறங்கி வந்து பாவாடையை உதறிவிட்டுக் கொண்டாள் காந்திமதி. சாவகாசமாய் புடவையை எடுத்துக்கொண்டு தன் தோப்பிற்குள் நுழைந்தாள்.

ரவி போட்ட சத்தம் கேட்டு தூரத்திலிருந்து ஓடிவந்த சிலர், அதிர்ச்சியில் உறைந்துபோய் நின்ற ரவியை விசாரித்தார்கள். அவன் எதையும் மறைக்காமல் எல்லாவற்றையும் கூறி "அந்த சின்னம்மா இப்புடி செய்யுமுன்னு நான் கொஞ்சம்கூட நெனைக்கல" என்றான். அவன் முகமெங்கும் வியர்த்து வெளிறிப் போயிருந்தது.

வண்டிக்கார மணியும் இதைக் கேள்விப்பட்டான். அவனுக்கு அவமானமாக இருந்தது. இருந்தாலும் தன் பெண்டாட்டியை அவன் எதுவும் சொல்லவில்லை. பகலிலும் காந்திமதியை சிறை வைத்தான். முழு நேரக் காவலில் இருந்தாள் காந்திமதி. அதைப்பற்றி அவள் கொஞ்சம்கூட கவலைப்படவில்லை. எப்போதும்போல ஊமையாய் வீட்டிற்குள்ளேயே முடங்கிக் கிடந்தாள்.

காந்திமதியின் இச்செயல்களையெல்லாம் சகித்துக்கொண்டு எப்படித்தான் மணியால் பொறுமையாக இருக்க முடிகிறதோ என்று பார்ப்பவர்களெல்லாம் பேசிக்கொண்டார்கள். நெருங்கிய உறவினர்கள் சிலர் காந்திமதியிடம் மணியின் அருமை பெருமைகளை எடுத்துச் சொல்லி அவனிடம் இனியாவது நல்லவிதமாய் நடந்துகொள்ளும்படி

புத்திமதி கூறினார்கள். யார் எவ்வளவுதான் எடுத்துச் சொன்னபோதும் அவை தன் காதில் கொஞ்சமும் விழவில்லை என்பதுபோல நடந்து கொண்டாள் காந்திமதி.

வீட்டிற்குள்ளேயே ஒருத்தியை அடைத்து வைத்து எத்தனை நாட்களுக்கு காவலிருக்க முடியும். தவிரவும் காந்திமதியின் அசாத்தியமான அமைதியும் அடக்கமும் காவல் இருப்பவர்களையே கூச்சப்பட வைத்தது. ஒரு நல்ல பெண்ணை தேவையில்லாமல் சந்தேகப்பட்டு காவல் காத்துக்கொண்டிருக்கிறோமோ என்று நினைக்க வைத்தது. அதற்கு மேற்கொண்டு சொந்தக்காரர்கள் யாரும் காந்திமதிக்கு காவலிருக்க முன்வரவில்லை. வண்டிக்கார மணியாலும் தொடர்ந்து வீட்டிலிருக்க முடியாது என்றானபோது காந்திமதியைப் பற்றிய நம்பிக்கையைக் கொஞ்சம் கொஞ்சமாய் வளர்த்துக்கொண்டான். ஒரு கட்டத்திற்குமேல், இனிமேல் அவளால் எந்தப் பிரச்சனையும் வராதென்றே நம்பினான். தைரியமாய் வேலைக்குப் போக ஆரம்பித்தான்.

நல்ல பெண்மணியைப்போல வீட்டையே வளைய வந்து கொண்டிருந்த காந்திமதி திடீரென்று ஒருநாள் காணாமல் போய்விட்டாள். வீட்டைவிட்டு எப்போது கிளம்பினாள். எந்த வழியாக, எந்தப்பக்கம் போனாள் என்று எதுவும் தெரியவில்லை. யார் கண்ணிலும் அகப்படாமல் மாயமாய் அவள் மறைந்து போனது மணிக்கும் அவள் பிள்ளைகளுக்கும் அதிர்ச்சியாகிப் போனது. நாலாபக்கமும் ஆள் வைத்துத் தேடினார்கள். சொந்தக்காரர்கள், அறிந்தவர்கள், தெரிந்தவர்கள் வீடுகளிலும் தேடிப் பார்த்தாகிவிட்டது. எங்கும் கிடைக்கவில்லை.

காந்திமதியின் பெரிய மகன் ஒன்பதாம் வகுப்பிலும் சிறியவன் எட்டாம் வகுப்பிலும் படித்துக்கொண்டிருந்தார்கள். ஒரு வருடமாக அம்மாவைத் தேடியும் கண்டுபிடிக்க முடியாமல் போன ஏமாற்றத்தால் காந்திமதியின் மகள் வள்ளி சோர்வடைந்தாள். இருந்தாலும் குடும்பப் பொறுப்புகள் அனைத்தையும் தானே ஏற்றுக்கொண்டாள். தன் அப்பாவுக்கும் அண்ணன்களுக்கும் தாயிக்குத் தாயாய் நடந்துகொள்ள ஆரம்பித்தாள்.

என்னதான் தங்கை கவனித்துக்கொண்டபோதும் காய்ச்சலென்று படுக்கையில் விழுந்த சிறியவன், சரியான வைத்தியம் செய்யாததால் யாரும் எதிர்பார்க்காத வகையில் இறந்துபோனான்.

பெண்டாட்டி போனதோடு இல்லாமல் பிள்ளையும் இப்படி அநியாயமாய் செத்துப் போய்விட்டானே என்று துடித்துப்போனான் வண்டிக்கார மணி.

★★★

பார்வதியின் அம்மா காமாட்சி ஆய்ந்த கீரையைத் தனியாய் வைத்துவிட்டு கீரைக் கழிவுகளைக் கூட்டி முறத்தில் அள்ளினாள்.

விட்ட இடத்திலிருந்து படிக்க ஆரம்பித்தாள் பார்வதி. துருபத குமாரியுடன் குடிலுக்குத் திரும்பிய பாண்டவர்கள் வெளியே நின்றபடி உள்ளேயிருந்த குந்தியிடம் “அம்மா இன்று நாங்கள் ஒரு கன்னியுடன் வந்திருக்கிறோம்.” என்று சொல்ல, அது கனி என்று குந்தியின் காதில் விழுகிறது. “ஐவரும் எடுத்துக்கொள்ளுங்கள்” என்கிறாள் குந்தி.

கன்னி என்பது கனி என்று எப்படி காதில் விழுந்திருக்க முடியும். பார்வதிக்கு அது உண்மையாக இருக்குமா என்ற சந்தேகம் ஏற்பட்டது.

சூரியதேவன், தர்மதேவன், வாயுதேவன், இந்திரன் இவர்களிட மிருந்து புத்திரர்களை மட்டுமல்லாமல், உலக சூட்சுமங்களைப் பற்றிய ஞானத்தையும் பெற்றிருந்த குந்தியின் புலனறிவிலும், நுட்பமான நோக்கிலும் குறையேற்பட்டிருக்க வாய்ப்பிருக்காது என்றே தோன்றியது பார்வதிக்கு.

புத்தகத்தை மூடி வைத்துவிட்டு வெளியே எழுந்து வந்தாள். குப்பைக் குழியை நோக்கி நடந்துகொண்டிருந்த தன் அம்மாவின் பின்னால் இவளும் போனாள்.

“அம்மா.”

“என்ன?”

“நானும் ஒரு நட காந்திமதி அக்காவப்போயி பாத்துட்டு வரட்டா?” என்றாள் தயங்கியபடியே.

“நீ எதுக்கு அங்க போவணுங்குற?”

“சும்மாதாம்மா. உடனே வந்தர்றன்”

“பொயிட்டு சீக்கிரமா வந்துடு.”

இவ்வளவு எளிதில் அவள் அனுமதிப்பாள் என்று பார்வதி எதிர்பார்க்கவில்லை. சற்று தாமதித்தாலும் அம்மாவின் மனம் மாறிவிடவும் வாய்ப்பிருக்கிறது என்று நினைத்தவள் அப்போதே வீட்டின் பின்பக்க வழியாக காந்திமதியின் வீட்டிற்குப் போனாள்.

வீட்டு வாசலில் நின்றிருந்த காந்திமதியின் மகள் வள்ளி "வாங்க சித்தி" என்றாள். அவளின்மீது அந்த நேரத்தில் ஏற்பட்ட பரிவும் பச்சாதாபமும் பார்வதியின் நெஞ்சை கனக்கச் செய்தது. அவளை அணைத்தபடி உள்ளே போனாள்.

சுவற்றில் சாய்ந்து கால்களை நீட்டிப்போட்டுக்கொண்டு உட்கார்ந்திருந்தாள் காந்திமதி. மடியில் மகனின் புத்தகங்கள். கண்கள் குத்திட்டு நின்றன. வள்ளியை அணைத்தபடியே காந்திமதியின் எதிரில் போய் உட்கார்ந்தாள்.

"அக்கா" என்றாள் மெதுவாக.

நிமிர்ந்து பார்வதியைப் பார்த்தவள் ஒரு ஞானியைப்போல பார்வையை விலக்கிக்கொண்டாள். அவளுடைய முகத்தைக் கூர்ந்து பார்த்தாள் பார்வதி. முகத்தில் ஒருவிதமான அமைதி தெரிந்தது. அது குற்றவுணர்வு எதுவுமற்ற, பரிசுத்தமான பேரமைதியாகத் தெரிந்தது. வாயில் போட்டு மென்ற தேங்காயின் பால் இதழ்கடையில் ஒழுகுவதைப்போல அப்பேரமைதியின் ஓர் ஓரத்தில் மகனை இழந்துவிட்ட சோகம் வழிந்துகொண்டிருப்பதைப்போலவும் தோன்றியது.

ஊரைவிட்டு ஓடிப்போன இந்த மூன்று வருடத்தில் யாரிடம்போய் வரம் வாங்கிக்கொண்டு வந்திருக்கும் இந்த அக்கா? இதன் முகத்தில் எப்படி வந்தது இப்படி ஒரு அமைதி. புத்தரின் முகத்தில் தெரியும் அதே சாந்தம் எப்படி வந்தது இந்த அக்காவின் முகத்தில்? பார்வதி பலவாறாக யோசித்தபடி அவள் முகத்தையே பார்த்துக் கொண்டிருந்தாள்.

"சூரியன மறைச்சி, என்ன குருடியாக்கி, யாம் புள்ளய கொன்னுட்டல."

மந்திரத்தைப்போல உச்சரித்த காந்திமதியின் வார்த்தைகளைக் கேட்டு திடுக்கிட்டு சடாரென்று எழுந்தாள் பார்வதி. சிலை ஒன்று திடீரென்று வாய் திறந்து பேசியதுபோல, பேசிய தன் அம்மாவைப் பார்த்து, மிரண்டு பின்னகர்ந்தாள் வள்ளி. அவளுக்கு தன் அம்மா பேசியது என்னவென்று புரியவில்லை.

இங்கிருந்து உடனே போய்விட வேண்டுமென்று கிளம்பிய பார்வதி கடைசியாய் ஒருமுறை திரும்பி காந்திமதியின் முகத்தைப் பார்த்தாள். அதே அமைதியான முகம், ஆனால் அதற்குப்பின்னால் கொழுந்துவிட்டு எரிந்துகொண்டிருக்கிறது அணையாத தீ.

கொடும்பாவி

அன்றும் வழக்கம்போல அதிகாலையிலேயே விழிப்பு வந்துவிட்டது அம்மணிக்கு. எழுந்து வெளியே வந்தாள். எங்கும் ஒரேயிருட்டு. இன்னும் கோழி கூவியதாகத் தெரியவில்லை. சாம்பல் கட்டியொன்றை எடுத்து வாயில் போட்டு நொறுக்கி பல்லைத் தீத்தினாள். வேலியோரமிருந்து மண்குடத்திலிருந்து சாய்த்து வாய் கொப்பளித்துக்கொண்டாள்.

'இன்னக்கி என்ன செய்யிற?' என்ற எண்ணமே மறுபடி மறுபடி எழுந்தது. குடிசைக்குள் போய் தலைமாட்டில் வைத்திருந்த விளக்கை தீப்பெட்டியைத் தடவியெடுத்து கொளுத்தினாள். அச்சிறு வெளிச்சம் குடிசைக்குள் எங்கும் பரவியது. பேரப்பிள்ளைகள் இருவரும் கால்மாடு தலைமாடாக படுத்திருந்தனர். அவர்கள் படுப்பதற்காக விரித்துப் போட்டிருந்த துணி வேறொரு பக்கமாகச் சுருண்டு கிடந்தது. குடிசையின் இன்னொரு பக்கத்தில் ஓலைப்பாயில் கிடந்தார் அம்மணியின் கணவரான சோமுக்கிழவர். தீக்குச்சி உரசிய சத்தத்திலோ என்னவோ அவரும் விழித்துக்கொண்டார். படுக்கையோரமாகவே வைத்திருந்த தன் கைத்தடியை எடுத்துத் தட்டினார்.

"முழுச்சிக்கிட்டியளா? இந்தா வாரன்" என்றவள் சிம்னியை எடுத்துக்கொண்டுபோய் வாசல் ஓரமாக வெளியிலும் வெளிச்சம் தெரியும்படி வைத்தாள். கிழவரைத் தூக்கி கைதாங்கி வெளியே கூட்டிக்கொண்டு போனாள். சாம்பலும் தண்ணீரும் கொடுத்து அவரை பல்துலக்க வைத்தாள்.

கிழவருக்கு ஒரு கையும் காலும் விழுந்து ஒரு வருடத்திற்கு மேலாகிவிட்டது. அப்போது வாய் கோணிக்கோணி இழுத்ததில் பேச்சும் போய்விட்டது. இப்போது அவருக்கு எல்லாமே அம்மணிதான். அவருக்கு மட்டுமல்ல அவர்களின் பேரப்பிள்ளைகள் இருவருக்கும்கூட அம்மணியை விட்டால் வேறு ஆதரவில்லை.

'நல்லாருந்த மனுசன இப்புடி பண்ணிப்புட்டு பெயிட்டானே படுபாவி' என்று அனுதினமும் புலம்பிக்கொண்டுதானிருக்கிறாள் அம்மணி.

அம்மணியின் ஒரே மகன் சோலையப்பன். மொடாக் குடிகாரன். தினமும் குடித்துவிட்டு வந்து இரண்டு பிள்ளைகளுக்குத் தாயான தனது பெண்டாட்டியை அடிப்பதையும் உதைப்பதையும் வாய்க்கு

வந்தபடி அசிங்கமாகப் பேசுவதையுமே வழக்கமாகக் கொண்டிருந்தான். அவனின் துன்புறுத்தல்களைத் தாங்கிக்கொள்ள முடியாத அம்மணியின் மருமகள், வாழ்க்கை வெறுத்துப் போனாள். தன் சின்னஞ்சிறு பிள்ளைகளைப் பற்றிக்கூட நினைத்துப்பார்க்கத் தோன்றாமல் தூக்கு மாட்டிக்கொண்டு செத்துப் போய்விட்டாள். தாயற்ற பிள்ளைகளை வளர்க்கவேண்டிய சோலையப்பன் கருமாதி முடிந்த நான்காம் நாளே சாராயக் கடைக்காரனின் பெண்டாட்டியுடன் ஊரைவிட்டே ஓடிவிட்டான். இதனால் ஏற்பட்ட அதிர்ச்சியும் கவலையும் கிழவரை படுக்கையில் தள்ளிவிட்டது. எல்லா பாரமும் அம்மணியின் தலையில் விழுந்தது.

பல் துலக்கிய கிழவரை குடிசைக்கு வெளியே உட்கார வைத்துவிட்டு வீட்டு வேலைகளை மளமளவென்று முடித்தாள். முதல்நாள் சுப்புமகன் கடையில் மிளகு சீரக சாமான்கள் மற்றும் கொத்தமல்லி போன்றவற்றை பாக்கெட் போடுவதற்காகத் தூசு, கல், மண் இல்லாமல் புடைத்து சுத்தம் செய்து கொடுத்துவிட்டு அதற்குக் கூலியாக அரைப்படி அரிசி, இரண்டு கட்டி வெல்லம், ஒரு ரூபாய் டீத்தூள் பொட்டலம் இவற்றை வாங்கி வந்திருந்தாள். அந்த அரிசிதான் நேற்று முதல் கஞ்சிக்கு ஆனது. உறியிலிருந்த இரண்டு கட்டி வெல்லத்தையும் தூளையும் எடுத்துப்போட்டு காப்பித்தண்ணி வைத்தாள். கொதித்தவுடன் வடிகட்டி பேரப்பிள்ளைகளுக்கு அடுப்புக்கோட்டில் ஊற்றி மூடி வைத்துவிட்டு, தனக்கும் கிழவருக்கும் மட்டும் எடுத்துக்கொண்டுவந்து அவர் முன்னே உட்கார்ந்தாள். ஆற்றி கிழவருக்கு ஒரு டம்ளரில் கொடுத்தாள். ஒரு மிடறு விழுங்கியவர் டம்ளரை கீழே வைத்துவிட்டு என்னவோ சொல்வதற்காகக் கைத்தடியை எடுக்கப் போனார்.

“நீங்க ஒண்ணும் தட்டிக்காட்டாண்டாம். எல்லாம் எனக்கு புரியிது. வெறும் வயத்தல வறத்தண்ணிய குடிக்கிறது எனக்கும்தான் வயத்தப் பெரட்டுது. கேவுரு மாவுக்கு நான் எங்க போறது? இருந்தன்னைக்கெல்லாம் போட்டு ஆத்திக் குடுக்கலையா?”

“...”

“இன்னைக்காவது இது இருக்கு. நாளக்கெல்லாம் இதுவும் கெடைக்காது.”

“...”

“பெருமழ மவராசனுங்க பேரச்சொல்லிக்கிட்டே இன்னம் பத்து நாளு வயறு சுருட்டாம சோறு திங்கலாமுன்னு நெனச்சன்... ம்.. எல்லாம் மழ கெடுத்த கேடாப் பெயிட்டு.”

"..."

"இன்னக்கி என்ன செய்யிறன்னு ஒண்ணும் புரியல. என்னோட வயறு எப்புடியும் கெடந்திடும். ஒங்க வயத்துக்கு என்ன செய்யிற? பச்ச மண்ணுவொ ரெண்டும் பசி பொறுத்து எப்புடி கெடக்கப் போவுதுவொ."

"..."

"நாலு நாளா போயி பாத்துட்டு சும்மாத்தான் திரும்பி வாரன். ஒருத்தங்கொட வேலக்கி கூப்புட மாட்டங்கிறாய்ங்க. மழபேஞ்சா பாப்பம். இனிமே வராதியன்னுட்டாய்ங்க. அவய்ங்கள குத்தம் சொல்லியும் புண்ணியமில்ல. அவய்ங்க நெலமையும் மோசமாத்தான் இருக்கு. கோட்டாவம் முழுசுக்கும் நெல்ல தெளிச்சுப் புட்டாய்ங்க. இருந்த ஈரத்தக்கொண்டு பயிர் கொஞ்சம் வளந்து வந்துட்டே தவர இப்ப களையெடுக்கக்கொட தண்ணியில்லாம பெயிட்டு. இதுல பரியுமா வெளையுமாங்குறது யாருக்குத் தெரியும்? எப்புடி துணிஞ்சு செலவு பண்ணுவாய்ங்க."

"..."

"தெளி தெளிக்காம நடவு நட்டுருந்தா பத்து நாளு வேல செஞ்சிருக்கலாம். நடவு வேலயும் போச்சி, இப்ப கள புடுங்குற வேலயிலயும் மண்ணுவுழுந்திச்சி. அன்னன்னாடு தேடித்திங்கிற நம்மளுக்கு இந்தக் கூலி வேலயும் கெடைக்கலன்னா எப்புடிப் பொழைக்கிறது?" அம்மணியின் புலம்பல் நீண்டுகொண்டே போனது.

கிழவர் தன்னை காலைக்கடன் கழிக்க கொண்டுவிடச் சொன்னார். "இன்னமும் இருட்டாத்தான் இருக்கு. செத்த விடியட்டும்" என்றாள் அம்மணி. உடனே போக வேண்டுமென்பதுபோல எழ முயற்சித்தார் கிழவர். இரண்டு மூன்று நாட்களாக அவர் போகாதது நினைவுக்கு வந்தது. தூக்கி கைத்தாங்கிப் பிடித்து அவரை அழைத்துக்கொண்டு போனாள். கையோடு ஒரு சொம்பில் தண்ணீரையும் எடுத்துக் கொண்டாள். அடுத்த தோப்பின் பாதையோர பனைமர வரிசையை அடுத்து உட்கார வைத்தாள். அவ்வழியாக யாரோ நான்கைந்துபேர் வருவது தெரிந்தது. அம்மணி கிழவரிடம் பேசுவதை நிறுத்திவிட்டு பனைமரத்தின் ஓரமாக மறைந்து நின்றுகொண்டாள். யார் வருகிறார்கள் என்பதைக் கவனித்தாள். அந்தப்பகுதி பெண்கள்தான். தங்களுக்குள் குசுகுசுவென பேசியபடி வந்துகொண்டிருந்தார்கள். அம்மணியோடு வேலைக்குப்போகும் பெண்கள்தான் அவர்கள் என்பது தெரிந்ததும் அம்மணியிடம் பரபரப்பு தொற்றிக்கொண்டது. அவர்கள் அவ்விடத்தைக் கடந்ததும் கிழவரை அவசரப்படுத்தினாள் அம்மணி.

“இருந்தது போதும், எழும்புங்க. வச்ச அடி தெரியாம பதுங்கிப் பதுங்கி போறாளுவொ. எங்கயோ வேலையிருக்குன்னு நெனக்கிறன். அவளுவகொட நானும் ஓடிப்பாக்குறன்” என்றாள். கிழவர் உட்கார்ந்திருந்த இடத்தைவிட்டு எழுந்து அடுத்த இடத்தில் கால் கழுவுவதற்காக உட்கார்ந்தார். அம்மணி தண்ணீரை ஊற்ற கிழவர் தானே கழுவிக் கொள்வதென்பது அவசரத்திற்கு ஒத்துவராத வேலை. அதனால் அம்மணியே கழுவிவிட்டாள். தரதரவென்று அவரை இழுத்துக்கொண்டு ஓடினாள். அவளின் வேகத்திற்கும் பரபரப்பிற்கும் ஈடுகொடுக்க முடியாமல் கிழவர் தடுமாறினார். கிட்டத்தட்ட அவரை இழுத்துக்கொண்டு போய் குடிசைக்குள் போட்டாள். சிறிய தூக்கு ஒன்றில் உறியிலிருந்த பானையிலிருந்து தெளுவும் சோறுமாக கொஞ்சம் எடுத்துக்கொண்டாள் பேரப்பிள்ளைகளும் கிழவரும் தான் வரும்வரை என்னென்ன செய்ய வேண்டும், எப்படி இருக்க வேண்டும், எதைச் சாப்பிட வேண்டும் என்பவற்றையெல்லாம் தெளுவு ஊற்றும் நேரத்திற்குள் கிழவரிடம் சொல்லி முடித்தாள். ஓட்டமும் நடையுமாக அந்தப் பெண்கள்போன திசையில் ஓடினாள்.

விடிவதற்குள் இரண்டு ஊர்களைக் கடந்திருந்தார்கள் பெண்கள். மேலப்பெருமழை தொம்பவாய்க்கால் மதகில் போய் உட்கார்ந்திருந்தார்கள். பாதிக்கூலிக்குப் பேசியாவது இன்று யாருடைய கொல்லையிலாவது இறங்கிவிட வேண்டுமென்பது அவர்களின் திட்டமாக இருந்தது. இன்னும் கொல்லைக்காரர்கள் யாரும் வரவில்லை. வரும்வரை உட்கார்ந்து கிடக்க வேண்டியதுதான். மூச்சிரைக்க அவர்களுக்கு முன்னால் போய்நின்றாள் அம்மணி.

“அட... அம்மணி ஆத்தா, எங்காத்தா வந்திய?”

“நீங்கள்லாம் வாறத்த பாத்துட்டுத்தான் வந்தன். இருட்டு வேற காலால வழிதடவி வந்துருக்குறன். என்னய வேண்டாமுன்னு மட்டும் சொல்லிடாதிய பொண்டுவளா.”

“வேலையிருந்தா நாங்களே அழச்சார மாட்டமா?” என்றாள் ஒருத்தி.

“வயசானவன்னு நெனச்சிருப்பிய.”

“அய்யய்ய ஆத்தா. என்ன இப்புடி நெனக்கிறீய? ஒங்கள என்னக்கி நாங்க ஒதுக்கி விட்டுருக்குறம். ஒங்க நெற உள்ள கெடந்தாக்கொட ஆளுக்கொரு கையாப்போட்டு எங்களோட சரிக்குச்சரிய இழுத்தாந்துற மாட்டமா?” என்றாள் மங்களம்.

அம்மணியால் பதிலேதும் சொல்ல முடியவில்லை. மங்களம் சொல்வது உண்மைதான். இந்தப் பெண்கள் மட்டும் இல்லாவிட்டால் அம்மணியால் இவ்வளவு நாட்களும் குப்பை கொட்டியிருக்க முடியாது. இவளைப்போன்ற வயதான பெண்களை யார்தான் இஷ்டப்பட்டு வேலைக்கு சேர்த்துக்கொள்வார்கள்? இளமைத் துடிப்பும் சுறுசுறுப்பும் உள்ளவர்களாகப் பார்த்துத்தானே கூப்பிடுகிறார்கள்.

“வேல நிச்சயமில்லாம, வயசான ஒங்கள எதுக்குப்போட்டு இழுத்தாறமுன்னுதான் கூப்புடல” என்றாள் காசி பெண்டாட்டி.

“அடக்கடவுளே வேல இருக்குமுன்னுல்ல நான் ஆசையா வந்தன்”

“வந்ததப் பத்தி ஒண்ணும் தப்பில்ல. இருங்க பாப்பம்” என்றாள் மங்களம்.

சூரியன் தகதகவென்று கீழ்வானிலிருந்து மேலே வந்து கொண்டிருந்தது. அந்தப்பகுதி முழுவதுமுள்ள வயல்காரர்களிட மெல்லாம் எவ்வளவோ கெஞ்சிக்கூத்தாடி பார்த்துவிட்டார்கள். யாரும் வயலில் இறங்கவிடவில்லை. வயல்களின் மேற்பரப்பு கொஞ்சமும் ஈரப்பசையற்று வறண்டுபோய் நிலம் இறுகிக் கிடக்கிறது. இதில் எப்படித்தான் களையெடுப்பது? ‘மழை பெய்தால் வரலாம்’ என்ற பதிலையே சொல்லிக்கொண்டிருந்தனர் நிலத்திற்குச் சொந்தக்காரர்கள். இதற்குமேலும் இங்கு நிற்பதில் புண்ணியமில்லை என்பது தெரிந்தது.

“இன்னம் கொஞ்சம் வடக்க போயி பாப்பமா?” என்றாள் ஒருத்தி.

“இஞ்சயெல்லாம் வேலை கெடைக்கிமுன்னு இனியும் நெனைக்க வேண்டாம். நாலு நாளைக்கு முன்னாடியே இஞ்ச வற களையாத்தான் எடுத்தாவோ. அரிவா மூக்கால கொத்திக் கொத்தி எடுத்தாவோ. இன்னக்கி நெலமைக்கி பாதிப் பயிறுக்குமேல செத்துப்போயிருக்கும்.” என்றாள் காசி பெண்டாட்டி.

“மேற்க படாமுனியம்மன் கோட்டாவத்துக்குப் போயி பாத்தமுன்னா வேல இருந்தாலும் இருக்கும். அது ஆத்தோர கோட்டாவ முல்ல. ஈர நசுப்பு இருந்துக்கிட்டேருக்கும்” என்றாள் அஞ்சம்மாள்.

“அங்கேயும் போயி பாத்திருவமா?” என்றாள் அம்மணி.

“அவ்வளவு தூரம் போயும் வேலை கெடைக்கலன்னா?” என்றாள் இன்னொருத்தி.

“கெடச்சிட்டுன்னா நல்லதுதான? வந்ததுதான் வந்துட்டம். நடக்க மலைக்காம போயி பாத்துட்டு வந்துருவமே” என்றாள் அம்மணி.

“அம்மணி ஆத்தாவே சொல்லக்குள்ள நம்மளுக்கென்ன. வாங்க போவம்” என்றாள் மங்களம்.

இன்னும் கிட்டத்தட்ட இரண்டு ஊர் தூரம் தாண்டிப்போக வேண்டும் படாமுனியம்மன் கோட்டகத்திற்கு.

“போயி சேருறத்துக்குள்ள நேரமாயிடுமே. வேலைன்னா எட்டு மணிக்கெல்ல கொல்லயில எறங்கணும்” என்றாள் அஞ்சம்மாள். அவ்வளவுதான் எல்லோரும் மறுபடியும் ஓடத் தொடங்கினார்கள். வெற்றுக்கால்களுடன் முள்ளிலும் கல்லிலும் வாய்க்கால், வரப்பு, குண்டுகுழி என்று பார்க்காது முடிந்த அளவு மூச்சைக் கட்டிக்கொண்டு ஓடினார்கள். அம்மணியும் அவர்களின் பின்னே ஓடுவதும் நடப்பதுமாக போய்க்கொண்டிருந்தாள். அம்மணியின் தூக்குவாளி வேறு ஓடும்போது காலுடன் இடித்து இடித்து அடிக்கடி மூடி திறந்து கொண்டது. ஒரு சொட்டு ‘தெளுவு’ கூட கீழே சிந்தாதவாறு கவனமாகப் பார்த்துக்கொண்டாள். மற்ற பெண்கள் வேகமாக ஓடிக் கொண்டிருந்தார்கள். அவர்களில் இரண்டு பேர் மட்டுமே கையில் தூக்கு வைத்திருந்தார்கள். மற்ற பெண்கள் எதுவும் எடுத்துக்கொண்டு வரவில்லை. வேலை கிடைத்துவிட்டால் கொல்லைக்காரர்கள் கொடுக்கும் டீயும் பன்னும் ஓரளவு பசியைக்கட்டும். அதைக்கொண்டு ஒப்பேத்திவிடலாமென்று நினைத்திருந்தார்கள்.

படாமுனியம்மன் கோட்டகத்திற்கு அவ்வளவு சீக்கிரமாய் எப்படித்தான் வந்து சேர்ந்தார்களோ தெரியவில்லை. கிட்டத்தட்ட எல்லோருடைய கால்களிலுமே முள் குத்தி ஆங்காங்கே ரத்தம் வடிந்து கொண்டிருந்தது. அம்மணியின் காலில் கட்டையாய் கொஞ்சம் மட்கிய முள்ளொன்று குத்தி முறிந்து போய் உள்ளேயே இருந்தது. நடக்க நடக்க அது மேலும் உள்ளே ஏறிக்கொண்டேயிருந்தது. அதன் வலி உச்சந்தலை வரை ஏறியது. கொல்லைக்குள் இறங்குவதற்குள் முள்ளை எடுத்துவிட வேண்டுமென்று நினைத்துக்கொண்டிருந்தாள்.

படாமுனியம்மன் கோட்டகத்தைப் பார்த்த பிறகுதான் தெரிந்தது அங்குள்ள வயல்களும்கூட லேசாக வெடிப்பு காண ஆரம்பித்திருந்தன. எல்லோருக்கும் இது அதிர்ச்சியாக இருந்தது. “அதுக்குத்தான் சொன்னேன். பாத்தமேரி பேசக்கூடாது. எல்லா கோட்டவமும் காயக்குள்ள இஞ்சமட்டும் ஈரநசுப்பு எப்புடி இருக்கும்? ஆத்துல தண்ணியா வருது. பாஞ்சி கெடக்க? அலஞ்சதுதான் மிச்சம்” என்று படபடத்தாள் ஒருத்தி.

“ஆமாங்கடி. அலஞ்சத்தயே பெரியசா தூக்கி வச்சிக்கிட்டு ஆடுங்கடி. வேல கெடைக்கலையேன்னு வெந்து போவக்குள்ள, இவ அலஞ்சிட்டமேன்னு அலுத்துக்கிர்றா பெரிசா” என்று கடிந்தாள் அஞ்சம்மாள். ஆற்றங்கரையோரமாக தெற்கும் வடக்குமாய் நீண்டதூரம் வரை நடந்து எதிர்ப்பட்டவர்களிடமெல்லாம் வேலை கேட்டுப் பார்த்தார்கள். கொல்லைகள் பாளம் பாளமாக வெடித்துக் கொண்டிருப்பதைப் பார்த்தும் யார்தான் கூலி கொடுத்து வயலில் இறக்கி விடுவார்கள்.

எப்படியாவது வேலை செய்துவிடலாமென்ற நம்பிக்கையோடிருந்த அம்மணிக்கு அழுகையே வந்துவிட்டது. முள் குத்திய வலி அதிகமாகியது. உட்கார்ந்துவிட்டாள். அஞ்சம்மாளும் மங்களமும் அம்மணியின் காலில் குத்தியிருந்த முள்ளை ஊக்கால் களைந்து எடுத்து விட்டார்கள். “இவ்வள பெரிய முள்ளு இவ்வள ஆழத்துல குத்திருந்தும் எடுத்த பெறகுகொட குத்துவாயில ஒரு சொட்டு ரெத்தத்தக் காணுமே” என்றாள் மங்களம்.

“ஆமா.. எங்கேருந்து ரெத்தம் வரும்? ஓடம்புல ரெத்தம் இருந்தாத்தான. அவுச்ச ஆட்டுக்கறி சப்புன மாங்கொட்டமேரி இருக்கு அது ஒடம்பு. எப்புடித்தான் இந்த ஒடம்ப வச்சிக்கிட்டு இதுவும் நடமாடுதோ” என்றாள் அஞ்சம்மாள்.

எல்லோரும் சோர்ந்த முகத்துடன் திரும்பி நடந்தார்கள். வீட்டிற்கு எப்படிப் போய்ச் சேருவது என்பதை நினைக்க மலைப்பாக இருந்தது அம்மணிக்கு. சூரியனின் கதிர் சுள்ளென்று இறங்கியது. நிலம் நன்கு சூடேறிப் போய்விட்டது. வெறுங்காலோடு நடந்ததாலோ என்னவோ உள்ளங்கால்களிரண்டும் திகுதிகுவென்று எரிந்தது அம்மணிக்கு. அவளது கால் பித்தவெடிப்பில் காய்ந்த பொறுக்குக் கட்டிகளும், நத்தை மற்றும் மட்டி ஓடுகளும் கறுக்கைப்போலக் குத்திக்கிழித்தன. நாலடி தூரம் நடப்பது பின் ஒருகாலில் நின்றுகொண்டு மறுகாலின் பாதத்தைத் தடவுவதுமாக மிகவும் சிரமப்பட்டு நடந்துகொண்டிருந்தாள் அம்மணி. எல்லாப் பெண்களுமே மிகவும் களைத்துப்போனவர்களாக வியர்வை வழிந்தோட, ஏதேதோ பேசியபடி வந்துகொண்டிருந்தார்கள். அம்மணியால் எதுவும் பேச முடியவில்லை. அவளது நாக்கு வறண்டு போய்விட்டது. இன்றைக்கும் வேலை கிடைக்காமல் போய்விட்டதே. பேரப்பிள்ளைகளுக்கு எப்படி கஞ்சி காய்ச்சிக் கொடுப்பது? முடியாமல் கிடக்கும் தன் கணவனுக்கு எப்படி காப்பித்தண்ணி போட்டுக் கொடுப்பது? என்று எண்ணமிட்டவளாக வந்தாள். நடக்கவும் தெம்பற்றுப்போனது அம்மணிக்கு. நெஞ்சை என்னவோ அடைப்பது போலிருந்தது அவளுக்கு.

மேலப்பெருமழை கோட்டகத்தில் நாலுபனை மரத்தடிக்கு வந்து சேர்ந்தபோது எல்லோருக்கும் சுத்தமாக களைத்துப் போய்விட்டது. அங்கிருந்த ஒரு கருவை மர நிழலில் எல்லோரும் உட்கார்ந்தார்கள். இரண்டு பெண்கள் எடுத்துவந்த தெளுவை எல்லோருமாக ஆளுக்குக் கொஞ்சமாக குடித்து ஆசுவாசப்படுத்திக்கொண்டார்கள்.

"அம்மணி ஆத்தா நீங்க குடிக்கல?" என்றாள் மங்களம்.

"வேலையும்தான் இல்ல. இதயும் குடிச்சிப்புட்டுப்போயி என்ன செய்யிற? இருக்கட்டும் ராவைக்கி பேரப்புள்ளைவொளுக்கு ஆவும்" என்று முனகினாள் அம்மணி.

மற்ற பெண்களெல்லாம் எவ்வளவோ சொல்லிப் பார்த்தும்கூட அம்மணி தன்னுடைய தூக்கு மூடியை திறக்கவில்லை. அவளுடைய கண்களிலிருந்து கோடிட்டு வடிந்துகொண்டிருந்தது கண்ணீர்.

"அழுவாதிய அம்மணி ஆத்தா. ஒங்க செரும பெரும் செருமதான். இல்லங்கல. அதுக்காவ அழுது என்ன புண்ணியம்? நம்ம தலயில் இப்புடியெல்லாம் படணுமுன்னு எழுதிருக்கு. அழுதா மட்டும் நம்ம கஷ்டத்த யாரு சொமக்கப்போறா?"

"கோட்டாவம் முழுக்க காஞ்சி கெடக்கு வெவசாயம் பண்ணுனவ்வொ வயறு எப்புடி கொதிக்கும்? நெனச்சிப்பாருங்க."

"அவ்வொளுக்கு வயல்தான காயிது. நம்மளுக்கு வயிறுமுல்ல காயிது."

"கழிச்சல்லபோற வடக்கத்தியானுவொதான் ஓடிவாற ஆத்த அடச்சி எழவெடுக்குறானுவொன்னா நாதியத்த மானமாவது நம்ம கஷ்டத்தப் பாத்துட்டு எறங்கி வரக்கூடாது?"

"கோட்டாவத்துல ஒரு ஈ காக்கா குருவியில்ல. வாங்க நம்மளும் பெயிருவம்" என்றாள் ஒருத்தி.

யாருக்கும் எழும்ப மனம் வரவில்லை. வீட்டிற்குப் போய் என்ன செய்வது என்ற கவலை எல்லோருக்கும் இருந்தது.

"கொடும்பாவி அடிச்சான்ன?" அதுவரை அழுதுகொண்டிருந்த அம்மணிதான் கேட்டாள். எல்லாரும் அதற்கு ஒத்துக்கொண்டார்கள். கருவைமர நிழலில் காய்ந்த பொறுக்கு மண் கட்டிகளை எடுத்து அடுக்கி கொடும்பாவி கட்டினார்கள்.

பெண்கள் எல்லோரும் தாங்கள் கட்டியிருந்த சீலைகளை இரண்டு கால்களுக்கிடையில் பின்பக்கமா விட்டு வரிந்து இழுத்து இடுப்பில் செருகி கீழ்ப்பாய்ச்சியாய் கட்டிக்கொண்டார்கள். சுற்றி நின்று மாரடித்து அழத் தொடங்கினார்கள். நாக்கு வறண்டு போயிருந்த

நிலையிலும் தானே கொடும்பாவி பாட்டு சொல்வதாகச் சொன்னாள் அம்மணி. அம்மணி சொல்லச் சொல்ல பின்பாட்டாக மற்றவர்கள் வாங்கிச் சொல்லியபடி அடித்தார்கள்.

"அய்யோக் கொடும்பாவி
ஆவாதோ சக்காளத்தி
சட்டியிலே மாக்கரச்சி
சந்தியெல்லாம் கோலமிட்டு...

கோலங்கரையலேயே - ஒரு
கொள்ள மழ பேயலேயே...

சுக்கிரன் பொண்டாட்டி
சொணகெட்ட வப்பாட்டி
சுக்கிரன விட்டுடேண்டி - ஒரு
சொட்டுமழ பேயட்டும்....

அம்மணி வெய்யிலையும் களைப்பையும் பொருட்படுத்தாமல் படீர் படீரென்று அடித்துக்கொண்டாள். ஆவேசம் வந்தவளைப்போல அச்சமூட்டும் விதமாக அடித்துக்கொண்டிருந்தாள். மற்ற பெண்களும்கூட தங்களை மறந்தவர்களாக அடித்துக்கொண்டு அழுதார்கள். அம்மணியின் ஒப்பாரி நீண்டது.

"கொளத்தே குறுக்கடச்சி
குண்டுசம்பா நாத்துவுட்டு
கொளமும் குறுகலாச்சே
குண்டுசம்பா வாடலாச்சே...

ஆத்தே குறுக்கடச்சி
அழகு சம்பா நாத்துவுட்டு,
ஆறும் குறுகலாச்சே..
அழகுசம்பா வாடலாச்சே...
தாலிய அடகுவச்சி...."

சுற்றிச் சுற்றி வந்து அடித்துக்கொண்டிருந்த அம்மணி மயங்கி நிலைதடுமாறி கொடும்பாவியின் மேல் குப்புற விழுந்தாள். பதறிய பெண்கள் தூக்கிப் பார்த்தார்கள். ஒருத்தி தன் மடியை தலைக்குக் கொடுத்து குலுக்கிப் பார்த்தாள். தெளுவை வாயில் ஊற்றச் சொன்னாள் இன்னொருத்தி, அம்மணிக்கு பல் கட்டிவிட்டது. "ஒரு சொட்டு தண்ணிகூட உள்ள எறங்கல. பேரம் பேத்திக்கி வேணுமுன்னு பல்ல கடிச்சிக்கிட்டு கெடந்துது. இப்ப நெனவு தப்பி கெடக்குறப்பக்கூட உள்ள எறக்கமாட்டங்குது பாரு" என்றாள் ஒருத்தி.

“இஞ்ச போட்டு வச்சிக்கிட்டு இருக்கக்கொடாது. எதுவானாலும் வீட்ல கொண்ட சேத்துடுவம். தூக்குங்க” என்றாள் மங்களம். பேச்சு மூச்சற்றுக் கிடந்தவளை எல்லோருமாக சேர்ந்து தூக்கிக்கொண்டு போனார்கள். மறக்காமல் அம்மணியின் தூக்கையும் எடுத்துக் கொண்டாள் ஒருத்தி.

“எப்புடி ஆத்தா இருக்கு ஒடம்பு?”

விசாரித்தபடியே அம்மணியின் குடிசைக்குள் நுழைந்தார்கள் பெண்கள். நைந்த துணியைப்போல சுவரோரமாய் சுருண்டு கிடந்த அம்மணி தலையைத் தூக்கிப் பார்த்தாள். எழுந்து உட்கார நினைத்தவளால் முடியவில்லை. உடல் மிகவும் பலவீனமாய் இருந்தது. அந்த மங்கலான நேரத்திலும் தன்னைப் பார்க்க வந்த பெண்களின் சேலைகளிலும் கைகால்களிலும் தெறித்து காய்ந்து போயிருந்த சேற்றைப் பார்த்தாள். சோறு வடித்த கஞ்சிப் பருக்கையுடன் வடம் வடமாய் காய்ந்து பிடித்தது போலிருந்தது.

“தொடச்சிச்சா” என்றாள் முனகலாய்.

“ம். வேல செஞ்சிட்டுதான் ஆத்தா வாறம். இன்னமும் வூட்டுக்குக் கொட போவல” என்றாள் அஞ்சம்மாள்.

அம்மணியின் கண்கள் லேசாக மின்னியது.

“மழ போதுமா?”

“அத யாந்த்தா கேக்குறிய ராத்திரி பேஞ்ச மழயில பெருமழ கோட்டாவமே நெரம்பிக் கெடக்குது. எங்க பார்த்தாலும் மொழங்கால் தண்ணி தெரியுமா?” என்றாள் மங்களம்.

“நம்ம நின்னு கொடும்பாவி அடிச்சமே. அந்த நாலு பனமரத்தடி கருவமரம். அந்த மரம் அடிச்ச காத்துலயும் மழயிலயும் வேரோட சாஞ்சிப்போயி கெடக்காத்தா.”

“இன்னம் ஒரு மாத்தக்கி உடாம வேல செய்யலாம்.” பெண்கள் சொல்லிவிட்டுப் போனதை கேட்டுக்கொண்டிருந்த அம்மணி நிம்மதியாக மூச்சை இழுத்துவிட்டபடி மெதுவாக கண்களை மூடினாள்.

தன் நெஞ்சில் இடிகளென இறக்கிய அடிகளால் வருணனின் மண்டை பிளந்து பிரவாகமெடுத்துப் பெய்த பெருமழை அது என்பது அவளுக்குத் தெரியவில்லை.

அடுத்த நாள் அப்பெண்களுடன் தூக்குவாளியைத் தூக்கிக்கொண்டு தானும் வேலைக்கு ஓடும் காட்சி விரிந்துகொண்டிருந்தது அவள் மனக்கண்ணில்.

கன்னியாயி

"இல்லை அக்கா. என்னால வர ஏலாது."

"வரலாம். என்னோட வந்துபாரு."

"நாங்கள் மீன் பிடிக்கும் பட்டினவர்கள் தானே. இங்கட நாட்டில் செய்யும் விவசாய வேலைகள் எங்களுக்குத் தெரியாதுதானே."

"என்னதான் செய்யத் தெரியும் ஒனக்கு?"

"கேட்டியளே அக்கா. எங்கட நாட்டில் புட்டும் இட்டிலியும் அவிச்சி விப்பம். அதுதான் எங்களுக்குத் தெரிஞ்சது."

"அது தெரிஞ்சாப் போதும், வா."

"கருப்பங்கொல்லையில் புட்டும் இட்டிலியும் அவிச்சி விக்கலாமோ."

கொளஞ்சிக்கு சிரிப்பு வந்துவிட்டது. கோவர்த்தினியின் கைகளைப் பிடித்துக்கொண்டு சிரித்தாள்.

"கருப்பங்கொல்லயில புட்டு வெவிக்கிறதா? நல்ல கதயக் கெடுத்த போ."

"வேற என்ன வேலையெண்டு சொன்னியள்?"

"கருப்பங்கள வெட்டணுமோ. அதுவும் மம்முட்டி கள."

"களை வெட்டணுமோ. அது எனக்குத் தெரியாதக்கா."

"பொண்ணா பொறந்த பொம்புளைக்கி வேல செய்யத் தெரியாம பெயிடுமாக்கும். கண்ணு பாத்தா கையி செய்யிது. வா.. என்னோட."

"அக்கா, அப்படியே நான் வருவதெண்டாலும் அதுக்கு ஆயுதம் வேண்டாமோ?"

"என்ன ஆயுதம்?"

"மண்வெட்டி கள எண்டு சொன்னியளே."

"மம்புட்டிய சொல்றியா. எனக்கொண்ணு, யாம் மவளுக் கொண்ணுன்னு ரெண்டு கெடக்கு வீட்டுல. அது இல்லாம புடிக உண்ட மம்புட்டிகூட ஒண்ணு கெடக்கு."

“பழுதான மண்வெட்டியைக் கொண்டு வெட்ட ஏலுமோ?”

“யாம் மவளோட மம்புட்டிய தாரனே.”

“அப்புறம் ஒங்கட கொமருக்கு என்ன செய்வியள்.”

“யாம் மவ வயசிக்கி வந்துருக்கு. ஏழாந்தண்ணி ஊத்துற வரைக்கிம் வாசப்படி தாண்டக்கூடாது.”

“அப்புடியோ?”

“ஆமாம். எங்க ஊரு கன்னியாயி சாமி ரொம்ப சக்தியுள்ளது. அது எந்த வூட்டுல பொண்ணு வயசிக்கி வந்தாலும் அந்த வூட்டுலயே போயி தங்கிக்கிம். ஏழாந்தண்ணி ஊத்துற வரைக்கிம் கன்னியாயியே காவக் காக்கும். மாத்தாந்தாயி பொண்ணா இருந்தாக்கூட உளத்தங்களியும் நல்லெண்ணெய்யும் குடுத்து கவனிக்கணும். அப்பத்தான் கன்னியாயி மனசு குளுந்துபோகும். அப்புடிச் செய்யாம வயசிக்கி வந்த பொண்ண வீட்டவுட்டு வெளில அனுப்புனா கன்னியாயிக்கு கோவம் வந்துடும்.” கதையை ஆர்வத்தோடு கேட்க ஆரம்பித்தாள் கோவர்த்தினி.

“அப்படித்தான் ஆரம்ப காலத்துல இந்த ஊருல தாயத்த பொண்ணு ஒண்ணு வயசிக்கி வந்துருக்கு. சித்தாயியா வந்தவ அந்தப் பொண்ண வெறவு பொறுக்க போகச் சொல்லியிருக்குறா. போன எடத்துல தண்ணிப் பாம்பு ஒண்ணு கடிச்சிருக்கு. அந்தப் பொண்ணு பொறுக்குன வெறக கட்டாக் கட்டிகிட்டா, கடிச்ச பாம்ப கையில புடிச்சிக்கிட்டா, வீட்டுக்கு ஓடி வந்துருக்குறா. வீட்டுக்கு வந்து சின்னாயிகாரிக்கிட்ட பாம்பக்காட்டி, இந்த தண்ணி பாம்புதான் கடிச்சிச்சி கடிவாயில சுண்ணாம்பு வச்சா சரியாப் போயிடும். கொஞ்சம் சுண்ணாம்பு குடு சின்னம்மான்னு கேட்டுருக்கு.

“அய்யய்யோ... ஓங் கையில இருக்கிறது கட்டு விரியனாச்சே. இதப்போயி தண்ணிப் பாம்புன்னு சொல்றியே. விதி முடிஞ்சவங்களத்தான விரியன் கடிக்கும். இனிமே நீ எங்க பொழக்கப்போற?” அப்புடின்னு பயமுறுத்திருக்குறா சின்னாயிகாரி.

“சின்னம்மா நீங்க நல்லா இருப்பீங்க. என்ன வைத்தியர் வீட்டுக்கு அழச்சிக்கிட்டுப் போங்க. எப்புடியாவது காப்பாத்திடுங்க” அப்படின்னு கெஞ்சிருக்கு.

“கல்லு மனசுக்காரி என்ன சொல்லிருக்குறா தெரியுமா?” கதையோடு ஒன்றிவிட்ட கோவர்த்தினி தெரியாதென்பதுபோலத் தலையாட்டினாள்.

“தீட்டுக்கார பொண்ணு நீ. ஒன்ன யாரு தொட்டுத் தூக்குறது. வைத்தியம் பாக்குறது? வைத்தியம் பாத்தா மட்டும் நீ பொழைக்கவா

போற? கன்னித் தீட்டோட எழவுத் தீட்டும் சேந்தா இந்த வீடுதான் வெளங்காம போவும். எப்புடியாருந்தாலும் நீ சாவத்தான் போற. சீத தீயில எறங்குன மாதிரி நீயாவே நெருப்புல எறங்கியர்றியா. நாங்களாவுது நல்லாருப்பமுல்ல.'' அப்படின்னு கேட்டுருக்குறா. உசுருக்கு ஆசப்பட்ட அந்தப் பொண்ணு, 'வேண்டாம் சின்னம்மா.. எனக்கு ஒடம்புல வெஷம் ஏறல. கடிச்சது தண்ணி பாம்புதான். சுண்ணாம்பு மட்டும் குடுங்க'ன்னு கெஞ்சிருக்கு.

"இப்புடியெல்லாம் சொன்னா நீ கேக்க மாட்டன்னு சொல்லிக்கிட்டே அந்தப் பொண்ண ஒலக்கயால ரெண்டு போடு போட்டு வெறகோட குப்பக்குழியில தள்ளிவிட்டு நெருப்பு வச்சிட்டாளாம்.''

"நெருப்பு வானத்த தொடுறமாதிரி ஓங்கி எரிஞ்சிருக்கு. என்ன இப்புடி எரியுதேன்னு அங்கங்க இருந்து பாத்த சனமெல்லாம் குப்பக்குழிய சுத்தி வந்து நின்னுக்கிட்டு வேடிக்க பாத்துருக்குதுவொ. எரிஞ்சி அடங்குற நேரத்துல நெருப்புக்குள்ளேருந்து எழுந்து நடந்து போச்சாம் அந்தப் பொண்ணு. ஊருசனம் பாத்துக்கிட்டுருக்க ஊரு எல்லயில இருக்குற காளி கோயிலுக்குள்ள போயி புகுந்துட்டுதாம். அதுக்குப் பெறகு அந்தப் பொண்ண யாருமே கண்ணால காணல. அந்த பொண்ணுதான் இப்ப கன்னியாயியா இந்த ஊருக்குள்ள குடியிருக்குது.''

"நல்ல கதை போங்கள். உடம்பு சிலிர்க்குது எனக்கு'' என்று சிலிர்த்துக்கொண்டாள் கோவர்த்தினி.

"இது மாதிரி கன்னியாயி காவல் காக்குற பொண்ணுவொள வச்சி வேலவாங்குனா தொட்டதெல்லாம் எப்புடியாப்பட்ட இரும்பா இருந்தாலும் அது இத்து துரும்பாப் போயிடுமாம். பச்சப்பயிறுகூட கருகிப்போயிடுமாம். அதுனாலதான் யாம் பொண்ணு வேலக்கி வராதுன்னு சொன்னன்.''

"அது சரியே அக்கா.''

"எட்டு மணி வண்டி வரும்போது நாம கொல்லயில எறங்கிடணும், சீக்கிரமா கௌம்பி வா ஏங்கூடவே.''

"அக்கா எனக்கு மண்வெட்டி பிடித்து வெட்டத் தெரியாதென்றேனே.''

"வெட்ட வேண்டாம். என்னோட ஆளா வந்து கையில மம்புட்டிய புடிச்சிக்கிட்டு நின்னு. நான் கூலி வாங்கித் தர்றன்.''

"எனக்கும் சேத்து நீங்கள் வெட்டுவியளோ?''

“அது எப்புடி முடியும்? ஆளுக்கு அஞ்சியெனக் கணக்கு போட்டு பாப்பாரே மணியாரு.”

“பிறகு?”

“பாத்துக்கலாம் கெளம்பு.”

“இவ்வளது வற்புறுத்திறியள். ஒங்கட வேலைக்கு குறைவொன்னும் வராதெண்டால் நான் வருகிறன்.”

கோவர்த்தினி ஒரு வழியாக வேலைக்கு வர சம்மதித்தாள்.

இந்த எறுமணூர் முகாமுக்கு கோவர்த்தினி வந்து இரண்டு நாட்கள்தான் ஆகிறது. மன்னாரிலிருந்து மண்டபம் வரும் அகதிகளின் எண்ணிக்கை அதிகமாகிவிட்டதால் அங்கு தங்கவைக்க இடமில்லாமல் விருத்தாசலம் முகாமிற்கு கொண்டுவரப்பட்டார்கள். அங்கும் இடமில்லாததால் நேற்று முன்தினம் அதிகாலை நான்கு மணி இருக்கும். கோவர்த்தினியின் குடும்பத்தோடு இன்னும் இருபத்தெட்டு குடும்பங்களைக் கொண்டுவந்து இறக்கிவிட்டார்கள்.

எறுமணூர் நடுநிலைப்பள்ளிதான் இவர்களுக்கு முகாம். பள்ளிக்கூடத்தின் இரண்டு கட்டிடங்கள் இவர்களுக்காக ஒழித்துக் கொடுக்கப்பட்டது. இருபத்தொன்பது குடும்பங்களிலும் மொத்தமாய் நூற்று இருபதுக்கும் மேற்பட்ட நபர்கள் இருந்தார்கள். அதில் முக்கால்வாசி பிள்ளைகள் பெண்கள். பெயருக்கு ஒன்றிரண்டு ஆண்கள்.

கோவர்த்தினிக்கு மூன்றும் பெண் பிள்ளைகள். அவளுடைய கணவன் முருகன். அவன் திருகோணமலை திருக்கடலூரில் சொந்தமாய் ஒரு படகு வைத்துக்கொண்டு மீன்பிடி தொழில் செய்து கொண்டிருந்தான். ஓரளவு வசதிகளுடன் குடும்பத்தை ஓட்ட முடிந்தது அந்தத் தொழிலைக் கொண்டு. இப்போது அந்தப் படகை கெட்டத்துக்குப் பாதியாய் விற்றுவிட்டு, அந்தப் பணத்தைக்கொண்டு பெண்டாட்டியையும் பெண்பிள்ளைகளையும் மன்னாரிலிருந்து கள்ளத் தோணியில் ஏற்றிவிட்டான். திருகோணமலையிலிருந்து இவர்களுடன் இன்னும் பதினோரு பேரை ஏற்றிக்கொண்டது படகு. படகுக்காரன் நல்ல திறமைசாலி. எஞ்சின் ஓட்டமெடுத்தது. உயிரை கையில் பிடித்துக் கொண்டிருந்தார்கள் படகிலிருந்தவர்கள்.

பிறந்து ஒருவாரம்கூட ஆகாத கைக்குழந்தையை போர்வைக்குள் சுற்றிக்கொண்டு வந்தாள் ஒரு பெண். ஒரு நிறைமாத கர்ப்பிணிப்பெண் இன்னும் இரண்டு பெண்களுக்கு வயிறு மேடிட்டு இருந்தது. மற்றவர்கள் எல்லாம் சின்னஞ்சிறு பிள்ளைகள். இவர்களுக்கு துணைக்கென்று ஒரே ஒரு ஆண் மட்டும்தான் வந்தான். அவனை விட்டால் படகோட்டி மட்டும்தான்.

அவர்கள் பயந்தது போலவே படகு ராணுவத்தின் கண்ணில் பட்டுவிட்டது. படகை மறித்து அத்தனை பேரையும் சிறையில் அடைத்துவிட்டது சிங்கள ராணுவம். இவர்கள் அத்தனை பேரையும் கடத்தல்காரர்களென்று பொய் கேசும் போட்டது.

நல்லவேளையாக இவர்கள் பிடிபட்ட செய்தி தொண்டு நிறுவனம் ஒன்றுக்குத் தெரிந்துபோனது. எல்லோரும் செய்த புண்ணியமென்று நினைத்தாள் கோவர்த்தினி. இல்லையென்றால் எங்காவது கொண்டுபோய் சுட்டுப் போட்டுவிட்டுப் போய்விடுவார்கள்.

முப்பத்து இரண்டுநாள் சிறைவாசத்துக்குப் பிறகுதான் அந்தத் தொண்டு நிறுவனத்தால் அவர்களை வெளியே கொண்டுவர முடிந்தது.

மறுபடியும் கோவர்த்தினி தன்னிடமிருந்த நகைகளையும் தன் பெண்பிள்ளைகள் போட்டிருந்த நகைகளையும் பொறுக்கி விற்றுவிட்டு, கிடைத்த பணத்தை கள்ளத்தோணிக்குக் கட்டி வந்து சேர்ந்திருக்கிறார்கள் அகதிகளாக.

வந்து இறங்கியவர்களின் கையில் சல்லிக்காசுகூட இல்லை.

உணவுப் பொட்டலத்தைப் பார்த்த பிறகுதான் பசியெடுக்க வேண்டும், மருந்து மாத்திரைகள் கிடைத்த பிறகுதான் நோவு வரவேண்டுமென்றால் என்ன செய்வது? மனித உடலை கடவுள் அப்படியா படைத்து வைத்திருக்கிறான். முகாம்களில் எது எப்போது கிடைக்குமென்று யார் கண்டது?

கோவர்த்தினியும் அவளுடைய பெண்களும் எறுமணூர் முகாமில் வந்து இறங்கியபோது இடுப்பில் கட்டியிருந்த துணிகளைத் தவிர வேறு எதுவும் இல்லை.

கோவர்த்தினியின் மூத்த மகளுக்கு இன்றோ நாளையோ என்றிருந்தது பிரசவமாக, சிறிய மகள் முப்பத்து இரண்டு நாள் சிறைவாசத்தின்போது வயதுக்கு வந்திருந்தாள். பெண்கள் பருவமெய்தினால் குப்பையைக் கூட்டி அதில் உட்காரவைத்து பால் தண்ணீர் ஊற்றுவது. பால்விட்டு பிஞ்சுக் காய்கறி சமைத்துக் கொடுப்பது வழக்கம். சிறையில் அதற்கெல்லாம் வழியேது. அவள் மறுசடங்காகும் போதாவது தன்னாலானதை செய்துவிட வேண்டுமென நினைத்தாள் கோவர்த்தினி.

இலங்கையிலிருந்து அகதிகள் வந்திருக்கிறார்கள் என்றவுடன் எறுமணூர் சனங்கள் எல்லோரும் பள்ளிக்கூடத்தில் குவிந்தனர். ஆளாளுக்கு தங்களால் முடிந்த உதவிகளை அவர்களுக்குச் செய்து கொடுத்தார்கள்.

கொளஞ்சியிடம் ஒரு கறவை மாடு இருந்தது. மகளிர் சுயஉதவிக் குழு மூலம் வாங்கிய மாடு அது. இரு வேளையும் கறக்கும் பால் அவ்வளவையும் பால்காரனிடம் ஊற்றிவிடுவாள். வீட்டிற்காக கொஞ்சம்கூட மிச்சம் வைக்க மாட்டாள். பால் கறந்த பாத்திரங்களைக் கழுவி, அதைக்கொண்டுதான் தனக்கும் பிள்ளைகளுக்கும் தேநீர் தயாரிப்பாள்.

மாடு வாங்கிய கடனை அடைத்துவிட்டு மகளுக்கு ஏதாவது நகை நட்டு எடுக்க வேண்டுமென்று நினைத்திருந்தாள்.

இலங்கையிலிருந்து இருபத்தொன்பது குடும்பங்கள் வந்திருக்கின்றன எனக் கேள்விப்பட்டதும் மற்றவர்களைப் போலவே கொளஞ்சியும் ஓடிவந்து பார்த்தாள். வந்திருந்த சிறு குழந்தைகளைப் பார்த்தவுடன் கொளஞ்சியின் மனது தாங்கவில்லை.

இரண்டு வேளையும் பால்காரனிடம் ஊற்றும் பாலிலிருந்து ஒவ்வொரு லிட்டர் பாலை நிறுத்தி வைத்துக்கொண்டாள். கரந்த சூடு ஆறுவதற்குள் அதைக் கொண்டுவந்து முகாமில் உள்ள பிள்ளை களுக்குக் கொடுத்துக்கொண்டிருக்கிறாள். இரவு பால் கொடுக்க வந்தவள் நீண்ட நேரம் கோவர்த்தினியிடம் பேசிக்கொண்டிருந்து விட்டுப் போனாள். கிட்டதட்ட தன் வயதை ஒத்திருந்த கோவர்த்தினியின் கதையைக் கேட்டு கொளஞ்சிக்கு பாரமாகிவிட்டது. எப்படியாவது அவளுக்கு உதவவேண்டுமென்று நினைத்துக்கொண்டே படுத்தவளுக்கு தூக்கம் வரவில்லை. தன்னுடன் களை வெட்டும் வேலைக்கு கோவர்த்தினியையும் அழைத்துக்கொண்டு போனால் என்ன என்று நினைத்தாள். ‘நாளொன்றுக்கு ஐம்பது ரூபாயாவது கூலி கிடைக்குமே.’ கொளஞ்சிக்கு அதன் பிறகுதான் தூக்கம் வந்தது. விடிந்ததும் பால் கறந்து வந்து முகாமில் ஊற்றிவிட்டு. கோவர்த்தினியைக் கட்டாயப்படுத்தி வேலைக்கு அழைத்துக்கொண்டு போகிறாள்.

கொளஞ்சியின் இரு தோள்களிலும் இரண்டு மண்வெட்டிகள் தொங்கிக்கொண்டிருந்தன. புடவைக்கு மேலே ஆண்கள் போட்டுக்கொள்ளும் முழுக்கை சட்டையை மாட்டியிருந்தாள். கருப்பஞ்சோலை கிழித்து கைகள், கழுத்து, இடுப்புப்பகுதியை காயப்படுத்திவிடாமலிருக்க இந்த ஏற்பாடு, தன்னிடமிருந்த இன்னொரு முழுக்கை சட்டையை கோவர்த்தினிக்காக எடுத்துக்கொண்டு வந்திருந்தாள். அது மண்வெட்டிக்கும் கீழே தோளில் கிடந்தது.

இரண்டு பக்கமும் உயர்ந்து வளர்ந்த கரும்புகள். அடர்ந்து காடுபோல இருந்தது. நடுவில் சிறு வரப்பில் வேகமாய் நடந்தாள்

கொளஞ்சி. அவளுக்கு ஈடுகொடுக்கும் விதமாக பின்னால் தட்டுத்தடுமாறி நடந்துகொண்டிருந்தாள் கோவர்த்தினி.

"அக்கா ஒண்டும் பயமில்லையே."

"என்ன பயம்?"

"எங்கட நாட்டில் இதுபோன்ற காட்டுக்குள் புலி கிடக்கும்."

"அப்படியா? இங்க புலியெல்லாம் இருக்காது. ஆனா நரிங்க பெருத்துக்கெடக்கும் எக்கச்சக்கமா."

"ஓம், ஆனாலும் புலிகள் எங்களை ஒண்டும் செய்யாது."

"..."

"சிங்கங்கள் எண்டு கூறிக்கொண்டு உலாவும் மிருகங்களைக் கண்டால்தான் எங்களுக்குப் பயமாக்கும்."

"ஆள அடிச்சிருமுல்ல?"

"ஓம். அவைகள் ரெத்தம் உறிஞ்சும் ஓநாய்களாக்கும். அக்கா ஒண்டு தெரியுமோ. அந்த ஓநாய்களை விடவும் வலிமையானவை எங்கள் புலிகள்."

"புலின்னா பின்ன என்ன ? எங்களுக்கும் புலின்னா புடிக்கும்தான். இந்த நாடும் புலிகள கொண்டாடுற நாடுதான். மூணாவது படிக்கும் போது எங்க வாத்தியாரு சொல்லிக்குடுத்தது எனக்கு இன்னமும் நெனப்பு இருக்கு. ஆனா, இன்ன இங்க ஆசக்கி ஒரு புலிகூட கெடையாது. மூளைக்கு மூளை நரிங்கதான் ஊளையிட்டுகிட்டு கெடக்குதுங்க."

பேசிக்கொண்டே நடந்ததில் அவர்கள் களை வெட்டவேண்டிய கொல்லைக்கு வந்து சேர்ந்திருந்தனர். இளம் கரும்பு மார்புயரம் வளர்ந்திருந்தது. செழிப்பான அதன் சோலை கங்குகள் கறுக்கைப்போல இருந்தன. வெற்றுடம்பில் அவை பட்டால் போதும் கோடு கோடாய் வெட்டி இரத்தம் கசிய வைத்துவிடும்.

"இது எவரோட கொல்லை?"

"எங்க ஊரு மணியாரு கொல்ல. எட்டாளு கள கெடக்கு. நானே வெட்டியர்றன்னு சொல்லிட்டன். தெனமும் ரெண்டாளு கூலி வாங்கிக்கலாம். நாலு நாளுல வெட்டி முடிச்சிடணும்."

"எட்டாளும் ஒரே நாளுல வந்து வெட்டக்கூடாதோ?"

“அப்புடித்தான் வெட்டுறது. ஆனா நான்தான் நாலு நாளுல வெட்டித்தாறன். வேற யாரயும் விடவேண்டாமுன்னு மணியாருகிட்ட கேட்டுக்கிட்டன்.”

“எதுக்காக அக்கா அப்படி கேட்டியள்?”

“ஒனக்காவத்தான் கேட்டன். நாலுநாள் கூலியாவுது கெடைக்குமுல்ல ஒனக்கு.”

“...”

“இந்த நாலுநாளுல ஒனக்கு ஓரளவு வேல பழகிடும். அப்பறம் எல்லாரு கூடவும் போகலாம்.”

“அப்படியோ அக்கா...”

“இந்தா, இந்த சட்டையப் போட்டுக்க. சோல அறுத்துடும்.” வாங்கி மாட்டிக்கொண்டாள் கோவர்த்தினி.

“கொல்லக்கார ஆளுங்க யாராவுது வருவாங்க. அவங்க வர்றப்ப மாத்திரம் குனிஞ்சி நின்று மம்மட்டியால கொத்திக்கிட்டு இருக்கணும்.”

“அப்ப நான் களவெட்ட வேண்டாமோ?”

“வெட்ட தெரிஞ்சா வெட்டு”

“இது எனக்கு ஏலுமெண்டு தோணல.”

“பரவால்ல. எறங்கு.”

இவர்கள் இறங்கிய மனையில் சற்று உள்ளே சோலைகள் உரசி சரசரத்தது. கோவர்த்தினி கூர்ந்து பார்த்தாள். கரும்புக்குள் கருப்பாய் எதுவோ அசைவதுபோல் தெரிந்தது.

“அக்கா அங்கே பாருங்களேன். கரும்புக்குள் எதுவோ கிடக்கு.”

பயத்துடன் கொளஞ்சியின் தோள்களை கெட்டியாகப் பற்றிக்கொண்டாள்.

“அது ஒண்ணுமில்ல. பயப்புடாத ஒனக்கு களவெட்ட தெரியாதுன்னல்ல. அதான் ஒனக்கு பதிலா களவெட்ட வந்துருக்கு”

“யாரது?”

“கன்னியாயி.”

“சாமியோ?”

“ஆமாம். நல்ல மனுசங்களுக்காக சாமி எந்த வேலயும் செய்யும் எங்க ஊருல.”

“அது உங்க குமரை காவல் காத்துக்கொண்டு உங்கட வீட்டில் இருக்குமெண்டு சொன்னியளே.”

“ஆமாம். எங்க வீட்டுலேருந்துதான் இப்ப வந்துருக்கு.”

கரும்புக்குள்ளிருந்து எழுந்து வந்தது கன்னியாயி.

வெளுத்துப்போன பழைய பாவாடை தாவணிக்கு மேலாக கொளஞ்சியைப் போலவே முழுக்கை சட்டையை மாட்டியிருந்தது.

அன்பும் பரிவும் கருணையும் நிரம்பித் ததும்பும் தன் கண்களால் கோவர்த்தினியைப் பார்த்து புன்னகைத்தது.

“அக்கா கன்னியாயி அச்சு அசலா ஒங்க சாடையிலேயே இருக்கு பாத்தியளோ?” என்றவள் மண்வெட்டியோடு நின்ற கன்னியாயியைப் பார்த்து.

“நான் கூலி பெறவேண்டும் என்பதற்காக களைவெட்ட வந்த கன்னியாயிக்கு நன்றி” என்றாள்.

“அதெல்லாம் ஒண்ணும் வேண்டாம் மணியாரு வர்றாரு பாருங்க... குனிஞ்சி கொத்துங்க.” என்றவாறே கரும்புக்குள் நுழைந்து மறைந்துகொண்டது கன்னியாயி.

காவல்

நிமிடத்திற்கு ஒன்றென சீறிப் பாய்ந்துகொண்டிருந்தன சரக்கு வண்டிகள். தார்ச்சாலையில் அவை ஏற்படுத்தும் உராய்வு பொன்னியின் செவிப்பறையை கிழித்துவிடுவது போன்ற அதிர்வை ஏற்படுத்தியது. ஆரம்பத்தில் இந்த சத்தத்தில் அவளுக்கு தூக்கமே வராது. தலையில் சக்கரம் ஏறிவிடுவதுபோல மிக அருகில் கேட்கும் சத்தத்தால் திடுக்கிட்டு எழுந்து உட்கார்ந்துகொள்வாள். மறுபடியும் கீழே தலைசாய்க்கவே அவளுக்கு பயமாக இருக்கும். அடுக்கி வைக்கப்பட்டிருக்கும் இளநீர்க் குலைகளில் தலைசாய்த்தபடியே உட்கார்ந்திருப்பாள். அப்படியே தூங்குவாள். இப்போதெல்லாம் ஓரளவு பழகிப்போய்விட்டது. படுத்தால் விடியும்வரை தூங்க முடிகிறது. பகல் முழுதும் ஓய்ந்து உட்கார நேரமில்லாமல் ஓடி ஓடி வியாபாரத்தைக் கவனிக்கும் அவளது உடலில் ஏற்படும் சோர்வுகூட அதற்குக் காரணமாக இருக்கலாம்.

கிழக்கு மேற்கான முக்கிய சாலை அது. வடக்கில் வட்டாட்சியர் அலுவலகம், அதையடுத்து காவல் நிலையம். தெற்கில் அரசு விருந்தினர் மாளிகை. விருந்தினர் மாளிகையின் உயர்ந்த மதிற்சுவரையடுத்து சாலையோரமாய் அருகருகே பெரிய இரண்டு இலுப்பை மரங்கள். அவைகளுக்கிடையே இளநீர்க் குலைகளை சுவர்போல அடுக்கிவைத்திருந்தாள். இளநீர்க் குலை வரிசைக்கும் மதில் சுவருக்கும் இடைப்பட்ட அந்த குறுகலான இடம்தான் பொன்னி குடும்பத்தின் வசிப்பிடமாக இருக்கிறது.

இங்கு கடைபோட ஆரம்பித்த சில நாட்களில் சிறிய குச்சிகளை நட்டு மேலே பழைய தார்ப்பாயால் ஒரு கூடாரம் போல போட்டிருந்தாள். அது இருந்தவரை உடை மாற்றிக்கொள்வது, பிள்ளைக்குப் பால் கொடுப்பது, இரவில் கணவனுடன் படுப்பது போன்ற சிறுசிறு அந்தரங்க விஷயங்களை அதற்குள் மறைத்துக்கொள்ள முடிந்தது. இரண்டு வருட கனமழைக்கும்கூட அதுதான் பொன்னியின் குடும்பத்தைக் காத்தது. காவல் நிலையத்திற்கு புதிதாய் வந்த அதிகாரி எல்லாவற்றையும் பிரித்து அடுக்கிக்கொண்டு ஓடிவிடும்படி விரட்டினார். கூடாரத்தை வேண்டுமானால் பிரித்துவிடலாம். இவள் எங்கே ஓடுவாள்? பொன்னியின் இரண்டு பிள்ளைகள், குடிகாரக் கணவன், நான்கு பேருக்கும் இருக்க இடம் வேண்டாமா? உண்ண உணவு வேண்டாமா? முன்பு இருந்த கிராமமான சொட்டவனத்திற்கேகூட

போகலாம். கோபால் பண்ணையார் வீட்டில் பண்ணை வேலை செய்யலாம். மோட்டார் கொட்டகையில் தங்கிக்கொள்ள விடுவார். மழைக்கும் பனிக்கும் பாதுகாப்பாக இருக்கும். ஆனால், அங்கு போனால் பொன்னியின் கணவன் மதி மறுபடியும் தன் வேலையை ஆரம்பித்து விடுவானே. இந்த வியாபாரத்தில் கிடைக்கும் ஊதியத்தைவிடவும் மிக சொற்பமாகத்தான் அங்கே கூலி கிடைக்கும். தவிரவும், இப்போதிருக்கும் நிம்மதியும் சுதந்திரமும் சுத்தமாய்ப் போய்விடும்.

இவள் சம்பாதிப்பதையும் பிடுங்கி குடித்துவிட்டு வந்து அவன் படுத்தியபாடு தாங்காமல்தானே அவள் இந்த காவல் நிலையத்திற்கு வந்தாள். ஒரு மாதமாவது பிடித்து உள்ளே வைத்து உதைத்தால்தான் உன் புருஷன் ஒழுங்குக்கு வருவான் என்று அவளுடன் கூலி வேலை செய்யும் பெண்கள் தந்த தைரியத்தில்தான் அவள் இந்தக் காவல் நிலையத்திற்கு வந்தாள். அப்படி அவள் வந்தது எவ்வளவு நல்லதாகப் போய்விட்டது. வராமல் போயிருந்தால் பொன்னிக்கு சப்-இன்ஸ்பெக்டர் வனிதாவின் நட்பு கிடைத்திருக்குமா! இன்றைக்கு பொன்னி இப்படி இருக்கிறாள் என்றால் அதற்கு வனிதாதான் காரணம்.

“புருசன புடிச்சி உள்ள வச்சிட்டு நீ என்ன செய்வ? பேசாம ஒம் புருசனோட வந்து நீ இங்கேயே தங்கிடு. என்னபத்தி அவனுக்கிட்ட சொல்லு. தன்னால வழிக்கு வந்திடுவான்.”

“இங்க வந்து என்னம்மா செய்யிறது?”

“ஏதாவது யாவாரம் செய்யி.”

“என்ன யாவாரம்மா செய்யமுடியும் என்னால?” என்று திகைத்தவளுக்கு இளநீர் வியாபாரத்தைக் கைகாட்டி விட்டாள் வனிதா.

வழக்கமாய் சைக்கிளில் வைத்து இளநீர் விற்றுக்கொண்டிருக்கும் ஒருவனை இவளுக்கு இளநீர் கொண்டுவந்து கொடுக்கும்படி பேசிவிட்டதும் வனிதாதான்.

கிராமங்களிலிருந்து இளநீர் வாங்கிவந்து கொடுப்பதில் சைக்கிள்காரனுக்கு ஒரு ரூபாய் கிடைத்தது. கடைபோட்டு விற்பதன் மூலம் பொன்னிக்கு ஒரு ரூபாய் கிடைத்தது. ‘தினமும் ஐம்பது இளநீர் விற்றால்போதும் என் குடும்பத்தை ஓட்டிவிடுவேன்’ என்றாள் பொன்னி.

வனிதாவின் இந்த ஏற்பாட்டால் மறுநாளே இரண்டு சாக்குகளில் தன் உடைமைகள் மொத்தத்தையும் கட்டிக்கொண்டு குடும்பத்துடன் வந்துவிட்டாள் பொன்னி. இடம் மாறிவிட்டதாலும் போலீஸ் அதிகாரியின் கண்காணிப்பில் இருக்க நேர்ந்ததாலும் பக்கத்தில் உள்ள புண்ணாக்கு மண்டிக்கு வேலைக்குப் போக ஆரம்பித்தான் மதி. விரைவாக இளநீர் சீவித்தரும் லாவகத்தை ஓரிரு நாட்களில் கற்றுக்கொண்டாள் பொன்னி.

நெய்வேலியிலிருந்து நிலக்கரி ஏற்றிக்கொண்டுபோன சரக்கு வண்டியிலிருந்து உருண்டு விழுந்த நிலக்கரி கட்டியொன்று இளநீர் குலைகளின் மீது விழுந்து உடைந்து சிதறி இவர்களின் மீது தெறித்தது.

குழந்தையை அணைத்தபடி கால் முதல் தலை வரை இழுத்துப் போர்த்தியிருந்த புடவையை விலக்கிக்கொண்டு எழுந்து உட்கார்ந்தாள். துணிமணிகளில் சிதறிக்கிடந்த கரித்துண்டுகளை உதறிவிட்டுக்கொண்டாள் இவர்கள் படுத்திருந்த இடம் மரங்களின் ஒதுக்கிலும் இளநீர்க் குலைகளின் ஒதுக்கிலும் இருந்ததால் மெர்க்குரி விளக்குகளின் மங்கலான ஒளி இவர்கள் மீது படாமல் இருந்தது. கண்களை கசக்கிக்கொண்டு மதியைப் பார்த்தாள். அவன் கை கால்களை விரித்துக்கொண்டு மல்லாந்து கிடந்தான். அவனோரமாய் படுக்கவைக்கப்பட்டிருந்த மகன் இப்போது கால்மாட்டில் கிடந்தான். இருவருக்குமாக சேர்த்து போர்த்தி விட்டிருந்த அரசாங்கம் கொடுத்த நிவாரணப் புடவை ஒரு பக்கமாய் சுருண்டு கிடந்தது.

மதியின் கை கால்களை மடக்கிப்போட்டு மகனை புடவையை எடுத்து வெட்டவெளிக் காற்றும் வாகனங்களால் ஏற்படும் புழுதியும் உடலில் படிந்துபோகும் என்பதால் உடல் முழுவதையும் மூடிக்கொண்டு தூங்குவது வழக்கம்.

தன்னையும் புடவையால் மூடிக்கொண்டு குழந்தையை அணைத்துக்கொண்டு படுத்தாள். தூக்கம் வரவில்லை. நள்ளிரவு தாண்டிவிட்டதென்று தோன்றியது. இலுப்பை மரத்திலிருந்து அங்கொன்றும் இங்கொன்றுமாக பூக்கள் பொட்டு பொட்டென்று விழுந்துகொண்டிருந்தன. இலுப்பைப் பூக்கள் வாசனை வந்த பகுதியெங்கும் நிரம்பியிருந்தது.

எதிர்வரிசை குளிர்பானக் கடையின் மின்விளக்கு இரண்டுமுறை சட்டென்று ஒளிர்ந்து ஒளிர்ந்து அணைந்தது. இவன் தூங்கவே மாட்டானா என்று நினைத்தாள் பொன்னி. இவளை அழைப்பதற்கான சமிக்ஞை அது. நாம் எப்போது விழிக்கிறோம் என்று பார்த்திருந்து அழைப்பு விடுகிறானே இவனை என்ன செய்வது? என்று நினைத்தால் இவனைப் பற்றி இனிமேல் நாம் கவலைப்பட வேண்டியதில்லை. வனிதாம்மாவிடம் சொல்லிவிட்டோம். அவர்கள் பார்த்துக் கொள்வார்கள். சண்டையில்லாமல் வம்பில்லாமல் பிரச்சனையை ஒன்றுமேயில்லாமல் ஆக்கிவிடும் சாமர்த்தியம் வனிதாம்மாவுக்கு இருக்கிறது என்று நினைத்தாள்.

இளநீர் குடிக்கவரும் எத்தனையோ பேர் இவளிடம் அத்துமீறி நடந்துகொண்டிருக்கிறார்கள். கையில் எப்போதும் கத்தியுடனேதான் இருக்கிறாள். இளநீர் சீவுவதுபோல அவர்களின் தலைகளை சீவி வீச எவ்வளவு நேரம் பிடிக்கும்? இருந்தும் கத்தி பற்றியெல்லாம் கொஞ்சம்கூட பயமில்லாமல் என்னென்ன வித்தைகளையெல்லாம் காட்டுகிறார்கள்? இவளின் மூக்கைத் திருகி 'எப்ப வரலாம்?' என்கிறான் ஒருவன். 'நல்ல மத்தளம் மாதிரி இருக்கு' என்று அவளின் பின்பக்கத்தைத் தட்டிவிட்டுப் போகிறான் இன்னொருவன். இதையெல்லாம் வனிதாம்மாவிடம் அவள் சொல்லியிருந்தால் மூன்றாம் மனிதருக்குத் தெரியாமல் ஆளை ஸ்டேஷனுக்குத் தள்ளிக்கொண்டு போய் காயடித்து விட்டிருப்பாள். ஆனால், பொன்னியின் பெரிய மனது அவர்களை மன்னித்து விட்டுவிட்டாள். தவிரவும் அவர்கள் எப்போதாவது ஒருமுறை இளநீர் குடிக்க வருபவர்கள்தான். அவர்களால் தொடர்ந்து அவளுக்கு தொல்லை ஏற்படப்போவதில்லை. ஆனால், எதிர்க்கடைக்காரனை அப்படி விட்டுவிட முடியாது. எப்போதும் கண்ணெதிரிலேயே இருப்பவன். ஒவ்வொரு நாளும் அவனால் தொந்தரவு ஏற்பட்டுக் கொண்டேயிருக்கும். அவனை பகைத்துக்கொள்ளவும் முடியாது. நள்ளிரவுகளில் திடீரென்று மழை வந்துவிட்டால் அவசரத்திற்கு அவன் கடையின் வராண்டாவில்தான் ஒண்டிக்கொள்ள வேண்டியதாயிருக்கிறது.

கார்களிலும் வண்டிகளிலும் வருபவர்கள் ஒன்றோ இரண்டோ இளநீரைக் குடித்துவிட்டு நூறு ரூபாய் தாளையும் ஐநூறு ரூபாய்த் தாளையும் நீட்டும்போது இவளுக்கு மிகவும் சோர்வாகிவிடும். ஐம்பது ரூபாய் லாபத்திற்கும் அறுபது ரூபாய் லாபத்திற்கும் நாள் முழுவதும் வியாபாரம் செய்யும் இவளிடம் ஐநூறு ரூபாய்க்கெல்லாம் எங்கேயிருந்து வரும் சில்லறை. மொத்தமாய் கல்லாவில் ஐநூறு ரூபாயைப் பார்ப்பதெல்லாம் இவளுக்கு எவ்வளவு பெரிய விஷயம். ஏன் இதெல்லாம் மற்றவர்களுக்குப் புரியமாட்டேன் என்கிறது என்று நினைப்பாள். போனால் போகிறது இன்னொரு நாளைக்கு வந்தால் கொடுங்கள் என்று இவளால் விட்டுவிடவும் முடியாது. அந்த பெரிய நோட்டை எடுத்துக்கொண்டு கடைகடையாய் ஏறி இறங்குவாள். இவளுக்காக இரக்கப்பட்டு சில்லறை கொடுக்க இவளுடைய அண்ணன் தம்பிகளும் மாமன் மச்சான்களுமா கடை வைத்திருக்கிறார்கள். ஐநூறு ரூபாய்க்கு சில்லறை வாங்குவதற்குள் இவளது பாதி பிராணன் போய்விடும்.

எதிர்சாரி குளிர்பானக் கடை வந்த பிறகு இவளுக்கு இந்த விஷயத்தில் கொஞ்சம் ஆறுதல் கிடைத்ததென்றே சொல்லலாம். அவன் விற்பனை செய்கிற கண்ணைக் கவரும் குளிர்பானங்களால் இவளது இளநீர் வியாபாரம் பாதியாய்க் குறைந்துபோனது என்றாலும் கூட அவ்வப்போது இவளிடம் நீட்டப்படும் நூறு ரூபாய், ஐநூறு ரூபாய் நோட்டு பிரச்சனைகளை குளிர்பானக் கடைக்காரன் முகம் சுளிக்காமல் தீர்த்துவைத்தான்.

நம் பிழைப்பைக் கெடுக்க வந்தவனல்லவா இவன். மாறாக நமக்கு இவ்வளவு உதவிகரமாக இருக்கிறானே. இந்தக் காலத்தில் இப்படியெல்லாம் யார் இருப்பார்கள். ஆயிரத்தில் ஒருத்தியாக இருக்கும் வனிதாம்மாவைப்போல இவனும் ஒருவன் என்று நினைத்த நேரத்தில்தான் கடந்த மூன்று நாட்களாய் அவன் தன் வேலையைக் காட்ட ஆரம்பித்திருந்தான்.

முதல் நாள் அவன் கேட்டபோதுகூட பொன்னி இவ்வளவு பெரிதாய் அதை எடுத்துக்கொள்ளவில்லை. ஏதோ விளையாட்டிற்குப் பேசுகிறான் என்று நினைத்தாள். ஆனால், அவன் கடையை மூடிவிட்டு வீட்டிற்குப் போகாமல் கடையிலேயே தங்கிவிட்டதை அறிந்து துணுக்குற்றாள். இடையே இவள் சிறுநீர் கழிக்க எழுந்தபோது விளக்கு ஒளிர்ந்து அணைந்தது. அவன் சாடை காட்டுவதை உணராதது போல் படுத்துக்கொண்டாள்.

விடிந்த பிறகு முகத்தில் எள்ளும் கொள்ளும் வெடிக்க ‘வரச்சொன்னல்ல... நல்ல ஏமாத்துக்காரியா இருப்ப போலருக்கே’ என்று அவன் சொன்னபோது, வாயடைத்துப் போய் நின்றாள். ‘ராத்திரிக்காவது ஒழுங்கா வந்து சேரு’ மிரட்டும் தொனியில் அவன் பேசிய வார்த்தைகளை அவளால் சீரணித்துக்கொள்ளவே முடியவில்லை. இவையனைத்தும் தன் கணவன் மதிக்குத் தெரிந்தால் போதும். ‘இதுக்குத்தாண்டி நீ இங்க வந்தது’ என்று இவளைப் போட்டு வறுத்தெடுப்பான். அல்லது உன்னை வெட்டுகிறேன் குத்துகிறேன் என்று கத்தியைத் தூக்கி நின்றுகொண்டு ஏதாவது தகராறு செய்வான்.

என்ன செய்யலாம் என்ற யோசனையிலேயே இருந்தவளை, பயங்கரமானதொரு பூதம்போல இரவு வாய் பிளந்தபடி நெருங்கிவந்தது. சிறிய சலனம்கூட தன்னைக் காட்டிக்கொடுத்து விடாதபடி குழந்தைகளுக்கு நடுவில் ஒடுங்கி படுத்துக்கொண்டாள். படுத்த இடத்தைவிட்டு விடியும்வரை நகரவில்லை. தலைதூக்கியும் பார்க்கப் பயந்தாள். விடிந்து வெகுநேரம் ஆகியும் பகலிலும்கூட பயம் அவளைத் தின்றுகொண்டேயிருந்தது.

ஆனால் நேற்றுபோல இன்று அவளுக்கு பயமேதும் ஏற்படவில்லை. பொழுதுபோகும் நேரத்தில் காவல் நிலையத்திற்கு பின்புறமுள்ள காவலர் குடியிருப்புக்கு இளநீர் எடுத்துக்கொண்டு போனாள் பொன்னி. சப்-இன்ஸ்பெக்டர் வனிதாவைப் பார்த்து தன் பிரச்சனையைச் சொல்லிவிட்டு அழுதாள். பொன்னியின் நிலையைப் புரிந்துகொண்ட வனிதா.

“இத நீ காலயிலேயே வந்து சொல்லியிருக்கலாமுல்ல. இப்ப பாரு எனக்கு நேரமில்ல. முக்கியமான மீட்டிங். அதுக்குத்தான் கௌம்பிக்கிட்டு இருக்குறன். மீட்டிங் முடிய பன்னெண்டு மணி ஒரு மணிகூட ஆவும்.”

“எனக்கு பயமா இருக்கும்மா”

“கத்திய கைல வச்சிருக்குற. என்ன பயம் ஒனக்கு ம்...”

“...”

“இன்னக்கி ஒருநாள் மட்டும் சமாளிச்சிக்க பொன்னி. விடிஞ்சதும் நானே அங்க வர்றன். வந்து சரி பண்ணியர்றன். எப்பவும்போல நீ கவலயில்லாம இருக்கலாம். பயப்புடாம போ” என்று தைரியம் கூறி அனுப்பிவைத்தாள்.

வனிதா பொன்னி மீது காட்டும் பரிவும் அக்கறையும் உண்மையானது. அவள் விடிந்ததும் விடியாததுமாக இங்குதான் வந்து நிற்பாள். பொன்னிக்கு மனதின் பாரமெல்லாம் குறைந்துபோனது போலிருந்தது. தனக்கு இப்படியொரு ஆதரவு இருக்கிறது என்று நினைத்துப் பார்க்கும்போதே அவளது நெஞ்சம் பூரிப்பால் விம்மியது போலிருந்தது.

மறுபடியும் ஒருமுறை குளிர்பானக்கடை விளக்கு ஒளிர்ந்து அணைந்தது. “லைட்ட போட்டுப் போட்டு அணைக்கிறியா... மவனே... இரு... இரு... விடிஞ்சாத்தான தெரியப்போவுது வெண்ணை படும் கண்கலக்கம். நீ பாடப்போற பாட்ட பாக்கத்தான போறன் நானும்” முணுமுணுத்தவள், வனிதா பற்றிய நினைவுகளில் மூழ்கினாள். அது தந்த அமைதியால் கண்மூடியவள் நன்கு தூங்கியும் போனாள்.

என்றுமில்லாத விதமாக பொழுது விடிந்ததுகூடத் தெரியாமல் தூங்கிக்கொண்டிருந்தாள் பொன்னி. சாலையில் பேசிக்கொண்டு செல்லும் சனங்களின் சலசலப்பு: எழுப்பிவிடவே திடுக்கிட்டு எழுந்தாள்.

‘ஐய்யய்யோ. வனிதாம்மா வாரேன்னு சொன்ன நேரமாயிட்டே.... இப்புடி தூங்கிட்டமே’ என்று பதறியவள் புடவையை உதறி கட்டிக்கொண்டாள். அவசர அவசரமாய் பல்தேய்த்து முகம் கழுவிக்கொண்டு வந்தாள். முதல்நாள் வெட்டிப் போட்டிருந்ததை கூட்டி சுத்தப்படுத்தினாள். செழுமையான இளநீர்க் காய்களைப் பார்வைக்கு எடுத்துவைத்தாள். எழுந்து முகம் கழுவிக்கொண்டு வந்த அவளுடைய கணவன் கூசாவை எடுத்துக்கொண்டு டீ வாங்கிவரப் போனான். கல்லாப்பெட்டி, கத்தி முதலியவற்றை எடுத்து வைத்த பொன்னி எதிர்க்கடைக்காரனை பார்த்தாள். “ஏன் வரவில்லை” என்று சய்கையாலேயே கேட்பானென்று எதிர்பார்த்தாள். ஆனால் அவனோ சற்று கலவரமடைந்த முகத்துடன் தெரிந்தான். ‘இவன் எதுக்காவ இப்புடி இருக்குறான். ஒருவேள நம்ம எழும்புறத்துக்கு முன்னாலயே வனிதாம்மா வந்துட்டு போயிருப்பாங்களோ.’ வட்டாட்சியர் அலுவலகத்திலிருந்து காவல் நிலையம் தாண்டி தங்கம் நகர்வரை நெடுகிலும் சாலையில் ஆட்கள் கும்பல் கும்பலாய் நின்று குசுகுசுத்துக் கொண்டிருந்தார்கள். ‘முக்கியமான ஆளுங்க யாரையாவது போலீசு புடிச்சிக்கிட்டு வந்துருக்குமோ” காலங்காத்தாலயே இப்புடி மொச்சிப்போயி நிக்கிறாங்களே.’

எதிர்கடைக்காரன் தன் கடையைவிட்டு வெளியே வந்தான். நின்று இருபுறமும் பார்த்துவிட்டு சாலையைக் கடந்து இவளை நோக்கி வந்தான்.

‘பாக்குவச்சி பரிசம்போட்டு அழச்சாத்தான் வருவியளோ’ என்று கேட்கப்போகிறான். கேட்கட்டும் கேட்கட்டும். அவன் என்ன கேட்டாலும் நான் காதில் வாங்கிக்கொள்ளப்போவதில்லை. இன்னும் கொஞ்ச நேரத்தில் வனிதாம்மா வந்துவிடுவார்கள். பிறகு தெரியும் இவனுக்கு இந்த பொன்னி யாரென்று.’

வந்தவன் இவளை நெருங்கிவந்து “பொன்னி, ஒனக்கு விஷயம் தெரியுமா?” என்றான். அவனின் குரலில் பதற்றம் தெரிந்தது. ‘பெரிதாய் என்ன விஷயத்தை நீ சொல்லிவிடப் போகிறாய். அதைவிட முக்கியமான விஷயம் இங்கே இன்னும் கொஞ்ச நேரத்தில் உனக்கே நடக்கப்போகிறதே’ என்று மனதிற்குள்ளேயே சிரித்துக்கொண்டவள்,

“என்ன விஷயம் எனக்கொண்ணும் தெரியாதே” என்றாள்.

“நம்ம ஸ்டேஷன்ல இருந்த வனிதாம்மாவ யாரோ அடிச்சி தொங்கவிட்டுட்டாங்க பொன்னி.” அவன் சொன்ன வார்த்தைகளை அவளால் ஏற்றுக்கொள்ள முடியவில்லை.

“என்னது?” என்றாள் அதிர்ச்சியாக.

இன்ஸ்பெக்டர் பாபுதான் அந்த வேலய செஞ்சிருப்பாருன்னு எல்லாரும் பேசிக்கிர்றாங்க. ரொம்ப நாளாவே அந்தாளு வனிதாம்மாவ தொந்தரவு பண்ணிக்கிட்டே இருந்துருக்குறான். ராத்திரி ஒரு மணிக்கு மீட்டிங் முடிச்சிட்டு வீட்டுக்குப் போன வனிதாம்மா பின்னாடியே அந்தாளும் போயிருக்குறான். வனிதாம்மா ஒத்துக்கலன்னதும்தான் கோபத்துல அடிச்சி தொங்க விட்டுட்டான்னு எல்லாரும் பேசிக்கிர்றாங்க பொன்னி.”

உணர்வற்றவளாய் மரத்தோரம் சரிந்து உட்கார்ந்தாள் பொன்னி.

எதிரே கிடந்த கத்தியையே வெறித்தன அவளது கண்கள்.

வெகுநேரம் கழித்து எழுந்தவள் சாலையோர கிலோமீட்டர் கல்லில் வைத்து தன் கத்தியை தீட்டிக்கொண்டிருந்தாள்.

வீரன்

தங்கள் வீட்டு ஆண்களின் வேட்டிகளைப் புடவையாகக் கட்டிக் கொண்டிருந்தார்கள் பெண்களெல்லாம்.

யாருடைய நெற்றியிலும் பொட்டு இல்லை. இரண்டு மூன்று நாட்களுக்கு முன்பிருந்தே மஞ்சள் பூசிக் குளிப்பதை நிறுத்தியிருந்தார்கள். பெரும்பாலான பெண்கள் தாலிக்கயிற்றையும் அவிழ்த்து விட்டிருந்தார்கள். ஒரு சில பெண்கள் மட்டும் அதை சாக்கெட்டுக்குள் மறைத்துக்கொண்டு வெறுங்கழுத்தோடு இருப்பதுபோல காட்டிக் கொண்டார்கள். பெண்கள் மட்டுமல்லாது ஆண்களும் சிறு பிள்ளைகளும்கூட வெள்ளுடைகளிலேயே இருந்தார்கள்.

“ராசாத்தி.... வூட்டுக்குள்ள ஒக்காந்துக்கிட்டு என்ன செய்யிற! பூசகொடம் எடுத்துப்போவுது. வெளிய வந்து பாரு” வாசலில் நின்று கூப்பிட்டாள் எதிர்வீட்டு சௌந்தரம்.

அவள் கூப்பிட்டது காதில் விழாததுபோல உட்கார்ந்திருந்தாள் ராசாத்தி. இவள் வெளியே வராததால் சௌந்தரமே வீட்டிற்குள் வந்து இவளின் கையைப்பிடித்து இழுத்துக்கொண்டு போனாள்.

தெரு நெடுகிலும் வீட்டுக்கு வீடு பெண்கள், வாசலில் நின்றபடி பூசைக்குடம் எடுத்துப் போவதைப் பார்த்துக்கொண்டிருந்தார்கள். வயதான பெண்கள் ஐந்து பேர் ஏரியில் தலை மூழுகிவிட்டு ஈரத்துணியோடு தண்ணீர்க் குடங்களைத் தூக்கிக்கொண்டு வரிசையாய் வீரன் திடல் நோக்கிச் சென்றுகொண்டிருந்தார்கள். பூசைக்குடம் போன சிறிது நேரத்திற்கெல்லாம் மணி ஒலிக்க தாரை, தப்பட்டை முழங்க ஆண்கள் கும்பலாய் ஐயனார் கோயிலிலிருந்து பெரிய கத்தி, பலியிடப்படும் ஆடு, பன்றி சகிதம், பூசைக்கூடை எடுத்துக்கொண்டு போனார்கள். தெருவெங்கும் நின்று பார்த்துக்கொண்டிருந்த பெண்களின் கண்களில் பயம்கலந்த ஒருவித பக்தி கனிந்திருந்தது. ஒவ்வொருவர் வாயும் எதையோ முணுமுணுத்து வேண்டிக்கொண்டிருந்தது.

“யாரு எக்கெதி கெட்டுக் கெடந்தான்ன. என்னோட எசவ முறையா செஞ்சிடுங்கன்னு சொல்ற சாமி போலருக்கு நீ” வீரனை முறைத்தாள் ராசாத்தி. அவளுக்கு வீரன் மீது பயமோ பக்தியோ ஏற்படவில்லை. “சாமி... பெரிய சாமி...” வீராப்பில் துடித்தன அவளது உதடுகள்.

பூசைக்கூடை தூக்கிய பிறகு யார் வீட்டிலும் அடுப்பு பற்றவைக்கக் கூடாதாம். உயிரே போகிறது என்றாலும் கைப்பிடி அருகுபோட்டு கஷாயம் வைக்கக்கூட அடுப்பைப் பற்றவைக்கக் கூடாதாம். வயதான பெண்கள் சிலர் திரும்பத் திரும்ப எச்சரித்துவிட்டுப் போயிருந்தார்கள்.

என்ன வேலை செய்வதென்று யோசித்த ராசாத்தி, தென்னையிலிருந்து விழுந்து கிடந்த இரண்டு பழுப்பு மட்டையைக் கிழித்துப் போட்டுக்கொண்டு ஈர்க்கு கிழிக்க உட்கார்ந்தாள். ஒரு விளக்குமாற்றுப்பிடி ஐந்து ரூபாய்க்கு விற்கிறது. இரண்டு பிடிக்கு கிழித்தால் இன்றைய செலவுக்கு ஆகும். சும்மா உட்கார்ந்திருந்தால் யார் கொடுப்பார்கள். பசியோ பட்டினியோ துன்பமோ சோதனையோ எது வந்தாலும் இந்த வீட்டிலிருந்தே அதைச் சமாளித்துக்கொள்வதென்ற வைராக்கியத்தோடு இருப்பவள் இந்த ராசாத்தி.

ஏழுமலை வெளிநாடு சென்று சம்பாதிக்கிறவன் என்று தெரிந்துதான் அவனுக்குத் தாயில்லா ராசாத்தியைக் கட்டிக் கொடுத்தார்கள். ஆனால், அவன் இப்படியெல்லாம் செய்திருப்பான் என்று யாரும் நினைத்துப் பார்க்கவில்லை. கல்யாணமான நான்காவது மாதத்திலும் மறுபடியும் வெளிநாடு சென்றவன் வருடம் மூன்றாகியும் திரும்பி வரவில்லை. கடிதமும் எழுதவில்லை. என்ன ஏதென்று அவனுடன் வெளிநாடு சென்ற இன்னொரு ஆளை விசாரித்தபோதுதான் ஏழுமலை ஏற்கனவே சீனக்காரி ஒருத்தியை கல்யாணம் செய்துகொண்டது, அவர்களுக்குக் குழந்தைகள் இருப்பது போன்ற உண்மைகளெல்லாம் தெரியவந்தது.

வருடத்திற்கு ஒருமுறை இங்கு வந்துபோகலாம் என்ற திட்டத்தோடு இருந்த ஏழுமலையின் நினைப்பிலும் மண்ணள்ளிப் போட்டுவிட்டாளாம் கெட்டிக்காரியான சீனாக்காரி. விட்டால் வரமாட்டான் என்று நினைத்தோ என்னவொ ஏழுமலையைத் தன் பிடிக்குள்ளேயே வைத்திருக்கிறாளாம்.

ராசாத்தியை அவளுடைய அப்பா தன்னோடு அழைத்துக்கொண்டு போவதாய்ச் சொன்னதை ராசாத்தி ஏற்றுக்கொள்ளவில்லை. ஏழுமலையின் அம்மா மற்றும் அண்ணன் தம்பிகள் எல்லோரும் அவளை இங்கேயே விட்டுவைத்திருந்தால், சொத்தில் அவளுக்கும் ஒரு பங்கு கொடுத்தாகவேண்டியிருக்கும் என்று நினைத்தார்கள். அதனால் அவளை எப்படியாவது இங்கிருந்து அனுப்பி வைத்துவிட வேண்டுமென்று எவ்வளவோ பிரயாசைப்பட்டார்கள். ஆனால் ராசாத்தி யாருடைய பேச்சிற்கும் அசைந்து கொடுக்கவில்லை.

வீரன் திடலிலிருந்து மாற்று உலக்கை போட்டு மாவு இடிக்கும் சத்தம் கேட்டது.

"யாம்மா... இன்னக்கி மட்டுமாவுது சும்மாருக்கக் கூடாதா?..." என்றபடியே வந்து அவளின் எதிரில் உட்கார்ந்தாள் நங்குடி அத்தை.

"வூட்டுக்குள்ளயுந்தான் ஒண்ணும் வேலயில்ல. வேற என்னத்த செய்யுறது?"

"வருசம் முச்சூடும்தான் செய்யுறம். இன்னக்கி ஒரு நாளு மட்டும் நம்ம வீரனுக்காக இதையெல்லாம் மறந்துட்டு இருக்கக் கூடாதா?"

"வீரனுக்காக வேலசெய்யாம இருந்தா, சோறு யாரு போடுவாங்க. வீரன் போடுமா?"

"அப்படியெல்லாம் சொல்லாதம்மா... வீரன் நம்ம குடிசாமி... பொல்லாத சாமி..."

"அண்ணன் சொத்த தம்பி திங்க ஆசப்படுகிறான். பிள்ளைங்க ரெண்டுல ஒண்ண உள்ளங்கையில் தாங்குறா, இன்னொண்ண உச்சந்தலையில் குட்டுறா பெத்த தாயி. கட்டுன பொண்டாட்டிய கதவடச்சி உள்ள தவிக்க விட்டுட்டு திண்ணையில் கூத்தியாகூட கூத்தடிக்கிறான் ஒருத்தன். இன்னம் இதுமாதிரி எத்தனையோ நடக்குது இந்த ஊருக்குள்ள. இதயெல்லாம் பார்த்துக்கிட்டு இருக்கிறதுதான் சாமியா."

"வீரன அப்படியெல்லாம் சொல்லாதம்மா..."

"எனக்கொண்ணும் பயமில்லத்த.. நான் நல்லா சொல்லுவன். அது செவிட்டு வீரன், குருட்டு வீரன், அது சாமியே கெடயாது."

"அப்படிச் சொல்லாதம்மா. வீரன் சாதாரண சாமியில்ல. படைக்கும்போதுகூட வாயக் கட்டிக்கிட்டுதான் படைக்கணும். வீரனுக்கு எதுவும் தெரியாமப் போவாது. எல்லாக் கணக்கும் அதுகிட்ட இருக்கும். ஆயிரத்தெட்டு தரம் வுழுந்து எழுப்புனாலும் செய்யிற வேலக்கி அப்பப்ப கூலி குடுக்காம விட்டுற மாட்டான்."

"நெசமாவாத்த சொல்றீங்க."

"ஆமாம்மா... வீரனப்பத்தி ஒனக்கு ஒண்ணும் தெரியாதுல்ல."

"ம்"....

"சொல்லுறன் கேளு."

"ஐப்பசி மாத அடைமழை விடாமல் பெய்துகொண்டிருந்தது. வடக்கிலும் மேற்கிலும் மலைப்பகுதிகளில் பெய்த மழை வெள்ளமாய்ப் புரண்டு பெருகி உயர்ந்து வந்தது. செடி கொடிகள் மூழ்கின. மரங்கள் வேரோடு சாய்ந்தன. மேலும் மேலும் மழை பெய்ய மேலும் பெருகியது வெள்ளம். தண்ணீரில் அனைத்தும் அடித்துச் செல்லப்பட்டன. கூரை வீடுகளை உருட்டிக்கொண்டு போனது. ஆடு, மாடு, நாய், நரி அனைத்தும் ஊளையிட்டபடி தண்ணீரில் மிதந்தன.

மேடான இடங்களைத் தேடி அலைந்த சனங்கள், எல்லா மேடுகளையும் தண்ணீர் தகர்த்துவிடவே வானத்தைப் பார்த்து கையேந்தியபடி தண்ணீருக்குள் மூழ்கினர்.

அழிவு கண்டு பதறினான் இருபத்து நான்கு வயது இளைஞனான வீரன். ஊர் முழுதும் அழிவதற்குள் வெகுசிலரையாவது காப்பாற்றிவிட வேண்டுமே என்று துடித்தான் அவன். எந்த வகையாலும் அவனால் அது முடியாமல்போனது. தன்னால் யாரையும் காப்பாற்ற முடியவில்லையே என்று சோர்ந்துபோனான். தாமும் தண்ணீரில் அடித்துச் செல்லப்போகிறோம் என்ற உணர்வின்றிப் போனது அவனுக்கு. அப்போதும் இயலாமை ஏற்படுத்திய வேதனையால் வீரனின் நெஞ்சு புடைத்து விம்மியது. அதைத் தாங்கிக் கொள்ளமுடியாத வீரன் அவ்விநாடியே தன் உயிரை மாய்த்துக்கொள்ள நினைத்தான்.

தினையும் சாமையும் விளைவிக்க தன் கழனிகளில் உழுத கூர்க்கலப்பையும் அவனோடு மிதந்துகொண்டிருந்தது.

எட்டி அதைப் பற்றியவன் அதன் கூரிய கொழுவால் தன் மார்பைப் பிளந்துகொண்டான்.

சூறாவளிக் காற்றென வீரனின் நெஞ்சுக் குழியிலிருந்து சுழன்று எழுந்தது அவனுடைய மூச்சுக்காற்று. அது ஆகாய வெளியில் வட்டமடித்து வேகமாய்ச் சுழன்றது. மனைமரம் உயரத்திற்கு பெருகி வந்த தண்ணீரை சுழற்றித் தரை தெரியும்படி விலக்கிவிட்டது அச்சூறாவளி. வெள்ளத்தின் போக்கை வகுந்து இரண்டாய்ப் பிளந்து இரண்டு பக்கமும் ஓடவிட்டது. நடுவில் பள்ளமாய் தரைதெரிய இருபுறமும் தண்ணீர் மலைகளைப்போல பேரிரைச்சலுடன் சுழித்து ஓடியது. அவ்வெள்ளத்தைத் தனது வேகத்தால் தெற்கில் வெள்ளாறாகவும் வடக்கில் மணிமுத்தாறாகவும் அகழ்ந்தோட வைத்தான் வீரன்.

ஐந்து நாட்கள் வரை மழை நிற்கவில்லை. வெள்ளமும் வடியவில்லை. ஆறாவது நாள் கிழக்கு வெளுத்தது. மெல்லமெல்ல வெள்ளம் வடிந்தது. வீரன் விலக்கிக் கொடுத்த தரையை சொர்க்கமென பற்றிக்கொண்டிருந்தவர்கள் உயிர் பிழைத்திருந்தனர். ஆனால் மூச்சுக்காற்று வெளியேறிய வீரனின் உடல் பாதுகாப்பவர் யாருமின்றி வெள்ளத்தில் மிதந்து போயிருந்தது. உடல் இல்லாமல் எப்படி வீரனால் தரைக்கு வர முடியும்? வீரன் தன் உடலைத் தேடி அலைந்தான். அவனால் உயிர் பிழைத்தவர்கள் தம் நன்றியைத் தெரிவிக்கும் விதமாக அவனுக்கு படையல் போட்டு சூடம் ஏற்றினர். அதை வேண்டாமென்று மறுத்தான் வீரன். பதிலாகத் தனக்கொரு உடலைக் கொடுங்கள், உங்களோடு ஒருவனாக நானும் வந்து விடுகிறேன் எனக் கேட்டான்.

வீரனுக்கு யார்தான் உடலைக் கொடுக்க முன்வருவார்கள். அவன் பேசுவது கேட்காதவாறும் அதற்குப் பதில் சொல்ல இயலாதவாறும் காதுகளையும் வாயையும் சேர்த்துக் கட்டிக்கொண்டு படைக்கத் தொடங்கியிருந்தார்கள்.

வீரனுக்கு வேண்டியதெல்லாம் ஓர் உடல்தான். பூசையோ படையலோ அல்ல. அவன் மறுபடியும் இம்மண்ணில் இறங்கி வரவேண்டும். முன்போலவே தன் காடு கழனிகளில் கைத்தழும்பேற உழுது சாமையும் தினையும் கம்பும் விதைக்க வேண்டும்.

தினைச்சோறையும் கம்மங்கூழையும் எருமைத் தயிரோடு பிசைந்து கொடுக்கத் தான் ஒரு பெண்ணை கல்யாணம் செய்துகொள்ள வேண்டும். இத்தனை ஆசைகளையும் சுமந்துகொண்டுதான் ஆகாய வெளியில் காற்றாய் அலைந்துகொண்டிருக்கிறான் வீரன்.

வீரனின் கதையைக் கேட்டதிலிருந்து அவனைப் பற்றிய நினைவுகளே மனமெங்கும் நிரம்பியிருந்தது ராசாத்திக்கு. அதற்கு மேலும் உட்கார்ந்து பொறுமையாக ஈர்க்கு கிழித்துக்கொண்டிருக்க பிடிக்காமல்போனது அவளுக்கு. கிழித்தவற்றைச் சேர்த்துக்கட்டி ஒழுங்குபடுத்தினாள். வீரன் திடலிலிருந்து நெய்யில் ரொட்டி சுடும் வாசனையும் கறிசுடும் வாசனையும் வந்தது.

எழுந்து கொல்லைப்புறம் சென்றாள். வேலி நெடுகிலும் கனகாம்பரச் செடிகள் அடர்ந்திருந்தன. கொத்துக் கொத்தாய்ப் பூத்திருந்தன. மஞ்சளும் சிவப்புமாய் பார்க்க அழகாயிருந்தது. இந்நேரம் திரௌபதியம்மன் கோயில் திருவிழா என்றால் செடியில் ஒரு பூ கூட மிஞ்சியிருக்காது. இந்தக் குடும்பங்களில் பிறந்த

பெண்களுக்கு பூ என்றால் அப்படி ஒரு விருப்பம். பாதியாய் மலர்ந்த பூக்களைக்கூட பறித்து நெருக்கமாய்க் கட்டி சடையோடு நீளநீளமாய்த் தொங்கும்படி வைத்துக்கொள்வார்கள். சும்மா சொல்லக்கூடாது. இந்த குடும்பத்துப் பெண்களுக்கு மட்டும் எப்படித்தான் இவ்வளவு கூந்தல் வளர்கிறதோ தெரியவில்லை. வீரனுக்கு பூசை என்பதால் இன்று பூவை கையால் தொடக்கூட யாரும் துணியவில்லை.

ஏனோ, ராசாத்திக்கு இன்றுதான் அந்தப் பூக்களைப் பறித்து நெருக்கமாய்க் கட்டி தன் தலையில் வைத்துக்கொள்ள வேண்டும் போலிருந்தது. யாராவது வருகிறார்களா என்று கவனித்தாள். யாரும் வரவில்லை. பூவைப் பறிக்க ஆரம்பித்தாள். வெள்ளைப் புடவையின் முந்தானைக்குள் பறித்துப் போட்டுக் கொண்டாள். நிமிட நேரத்திற்குள் மடி நிறைந்துபோனது. வாழைநார் கிழித்து துணி துவைக்கும் கல்லில் உட்கார்ந்து கட்ட ஆரம்பித்தாள்.

இரண்டு முழ நீளத்திற்கு வந்தது பூச்சரம். அதன் ஒரு நுனியைப் பிடித்துத் தொங்கவிட்டுப் பார்த்தாள். நெருக்கமாய்க் கட்டியதால் பூவின் காம்புகளோ நாரோ சுத்தமாய்த் தெரியவில்லை. அதிக கனமில்லாத பூச்சரம் காற்றில் சுழன்றதைப் பார்க்க அழகாயிருந்தது. தொங்கிய பூவை மற்றொரு கையால் ஏந்தியவள் ஆகாய வீரா.... இந்தப் பூவ நான் பறிச்சிக் கட்டுனது இங்க உள்ளவங்களுக்கு வேணுமுன்னா தெரியாமப் போவலாம். ஒனக்குத் தெரியாம இருக்குமா? நீ ஆகாயத்துல இருந்து எல்லாத்தையும் பார்த்துக்கிட்டுத்தான் இருந்துருப்ப. நீ சொல்லு. இந்தப் பூவ வச்சிக்க எனக்கு ஆசயாயிருக்கு. நான் வச்சுக்கட்டுமா? வீரன் திடலிலிருந்து சுருள்சுருளாய் மேலெழுந்து செல்லும் புகையைப் பார்த்தவாறு கேட்டாள்.

“வூட்டுக்குள்ள காணுமே. எங்க போச்சி இந்தப் பொண்ணு” வீட்டு வாசலில் நங்குடியத்தையின் குரல்கேட்டு திடுக்கிட்டாள் ராசாத்தி. பூச்சரத்தை செடியின்மீதே போட்டுவிட்டு வாசலுக்கு ஓடினாள்.

“தோட்டத்துக்குப் போயிருந்தேன் என்னத்த?”

“பூச போடுற நேரமாம். பொம்புள சனத்தயெல்லாம் வரச்சொல்லி ஆளு வந்துருக்கு. வா போவம்.”

“இந்தா வாறந்த்த” என்றவள் வாசல் கதவை இழுத்துச் சாத்திவிட்டு அவளோடு கிளம்பினாள். ராசாத்தி ஏழுமலையின் கல்யாணத்தின்போது மாட்டுக் கொட்டகையாக இருந்தது இந்த வீடு.

குடும்பத்தினரும் பங்காளிகளும் அவளை விரட்டிவிட நினைத்தபோது இதில் தான் மட்டும் தனியாகவே வசித்துக்கொள்வதாய் வந்து உட்கார்ந்துகொண்டாள். அதேபோல பக்கத்தில் இருக்கும் நங்குடியத்தை மட்டும்தான் அவளுக்கு ஒரேயொரு ஆதரவு. ஏழுமலையின் அம்மாவைப் பிடிக்காத ஓரிரண்டு பெண்களும் அவ்வப்போது ராசாத்தியிடம் ஆறுதலாய் பேசவும் அனுசரணையாக நடந்துகொள்ளவும் செய்வார்கள்.

தெருப்பெண்கள் எல்லாம் ஒரேயிடத்தில் கூடினார்கள். வீரன் திடலில் வேட்டு வைக்கத் தொடங்கியிருந்தார்கள். தொடர்ந்து சிறிது நேரத்திற்கு வேட்டுச் சத்தம் கேட்டுக்கொண்டேயிருக்கும் எல்லையற்ற ஆகாயப் பெருவெளியில் தடைகளற்று காற்றைப்போல் அலைந்து திரிந்துகொண்டிருக்கும் ஆகாய வீரனை திடலுக்கு அழைப்பதற்கான வேட்டு அது.

பெண்கள் ஒருவர் பின் ஒருவராகச் செல்லத் தொடங்கினர். ராசாத்தியும் தன்னை வரிசையில் இணைத்துக்கொண்டாள். பாதையின் வளைவுகளுக்கேற்ப வரிசை வெள்ளையாய் வளைந்தும் நெளிந்தும் செல்வதைப் பார்க்க அழகாயிருந்தது.

'எல்லாரும் வெள்ளயில போறது, பார்க்க அழகாத்தான் இருக்கு. ஆனா எதுக்காக வீரனுக்கு கலரு புடிக்காமப் போச்சி?' மரங்களடர்ந்த அந்தக் காட்டுக்குள் வெட்டையாய் இருந்தது பெரிய திடல், திடலில் ஏற்கனவே ஆண்கள் குழுமியிருந்தனர். பெரும்பாலான ஆண்கள் பூசைக்கு வேண்டிய ஏற்பாடுகளைச் செய்தபடி பரபரப்புடன் இருந்தனர்.

சிறிய வேப்பங்குச்சியை வில் அம்புபோல் வளைத்து தரையில் ஊன்றியிருந்தார்கள். அதில் மாலை போடப்பட்டிருந்தது. ஏற்கெனவே வெட்டப்பட்ட ஆடு மற்றும் பன்றியின் தலைகளை குச்சியில் இருபுறமும் நிறுத்தி வைத்திருந்தார்கள். தலைகளை நெருப்பில் சுட்டு முடியுடன் கூடிய மேல்தோலை கத்தியால் மழித்துவிட்டு அதில் அரைத்த மஞ்சளைப் பூசியிருந்தார்கள். அவற்றின் கண்கள் இரண்டும் விழித்தபடி இருந்தது. காதுகள் விடைத்து நின்றன. சுட்டதால் ஏற்பட்ட சதைப்புடைப்பும் மஞ்சள் பூச்சும் பார்க்க அச்சத்தை ஊட்டுவதாய் இருந்தது.

பெரிய பெரிய இலைகளில் வெண்பொங்கல் பள்ளயம் போடப்பட்டிருந்தது. நடுவில் குழித்து அதில் ஆடு, பன்றி இவற்றின் குடல் மற்றும் கொழுப்புடன், அரைத்த மஞ்சளும் மிளகுத் தூளும் போட்டு கொதிக்கவைத்த குடிநீர் ஊற்றப்பட்டிருந்தது.

நெய்யில் தட்டிய ரொட்டியும் இலையில் குவித்து வைக்கப்பட்டிருந்தது. சுட்ட ஆடு, பன்றி இவற்றின் ஈரல் துண்டுகள் கம்பிகளில் கோர்க்கப்பட்டு இரண்டு பக்கமும் வைக்கப்பட்டிருந்தன.

இவற்றையல்லாமல் பழங்களும் வெற்றிலையும் சுருட்டும் சாராயமும் என்று இன்னும்கூட படையலில் ஏதேதோ வைக்கப் பட்டிருந்தன.

“மஞ்ச அரச்சது யாரு?” என்று கேட்டாள் ஒருத்தி, பக்கத்தில் நின்ற வயதான பெண்ணிடம்.

“நம்ம ராமலிங்கத்து மவன் கருணாநிதிதான் அரச்சான்.”

“கருணாநிதி தம்பியா அரச்சுது? அது படிக்கிற புள்ளையாச்சே அம்மிய புடிச்சி அரக்கத் தெரியுமா அதுக்கு?”

“படிக்கிற புள்ளையா இருந்தான்ன, படிக்காத புள்ளையா இருந்தான்ன... வீரனுக்கு மஞ்ச அரைக்கணுமுன்னா அரச்சிதான ஆவணும்.”

“கொஞ்சம் நஞ்சமுன்னா அரச்சிடலாம். நெறபடியா ஒருபடி மஞ்சளாச்சே அவ்வள மஞ்சள அந்தத் தம்பி எப்படி அரச்சது?”

“என்ன செய்யிறது; கல்யாணம் ஆவாத புள்ளையில அதுதான் கொஞ்சம் உசுப்பா இருக்குது.”

குசுகுசுப்பாய் பேசிக்கொண்ட அவர்களை கவனித்துக் கொண்டேயிருந்தாள் ராசாத்தி.

“யாந்த்த கல்யாணம் ஆகாத ஆம்புளதான் மஞ்ச அரைக்கணுமா?” என்றாள் நங்குடி அத்தையிடம்.

“வீரன் பூசயிலேயே முக்கியமான வேலை இந்த மஞ்ச அரைக்கிற வேலதான். அம்மி அம்மியா அரைச்சி வழிக்கணும். வீரனுக்குப் படைக்கிற அத்துன பொருளுளையும் மஞ்ச சேரும். அப்புடியாப்பட்ட மஞ்சள இதுவரைக்கும் பொம்புளையையே தொடாம சுத்தபத்தமா இருக்கிற ஆம்புள கையாலதான் அரைக்கணுமாம்”

“வீரனுக்கு பொம்புளன்னாலே ஆகாதாத்தா?”

“அது என்னமோ தெரியலம்மா. அப்பயிலேருந்து இப்புடித்தான். இந்தப் பூசக்கிக்கூட ஆம்புள மாதிரி வேட்டிய கட்டிக்கிறதாலதான் வரமுடியிது. இல்லையின்னா இதயும் நம்ம கண்ணால பாக்க முடியாது.”

படைப்பவர் ஒரு நீண்ட வெள்ளைத் துண்டால் தன் வாயைக் கட்டிக்கொண்டிருந்தார். இரண்டுபேர் படைப்பவருக்கு ஒத்தாசையாய் வேண்டியதை எடுத்துக்கொண்டு நின்றார்கள். படையல் ஆரம்பமானது. பெரிய பெரிய கட்டிச் சூடம், மூன்று இடங்களில் முட்டு முட்டாய்க் கொட்டி வைக்கப்பட்டது.

பெண்களெல்லாம் திடலின் ஓரமாய் ஒதுங்கி நின்று கொண்டிருந்தார்கள். அவர்கள் யாரும் வாய்திறந்து ஒரு வார்த்தையும் பேசவில்லை. ஆண்களுமேகூட திடலின் பெரும் பகுதி இடத்தை வெறுமையாக்கிவிட்டு ஓரமாய் ஒதுங்கி நின்றுகொண்டார்கள். ஆண்கள் பகுதியிலிருந்து வந்துகொண்டிருந்த சலசலப்பும் கொஞ்சம் கொஞ்சமாக அடங்கிப்போனது.

ராசாத்திக்கு திடீரென்று அந்த ஆசை ஏற்பட்டது. பக்கத்தில் நின்ற நங்குடியத்தையின் காதுக்குள் கிசுகிசுத்தாள்.

"வீரனுக்கு நான் படைக்கப் போறன்." அவள் ஆச்சரியமாய் இவளின் முகத்தை ஏறிட்டுப் பார்த்துவிட்டு "பேசாம இரு" என்று மட்டும் சொன்னாள்.

கூட்டத்திற்குள் சுற்றும்முற்றும் பார்த்தாள் ராசாத்தி. ஏழெட்டு வயது சிறுமி ஒருத்தி இடுப்பில் வெள்ளைத் துண்டைக் கட்டிக்கொண்டு மற்றொரு துண்டால் மேலுடம்பைப் போர்த்தியபடி நின்று கொண்டிருந்தாள். அவள் படையலையும் வெட்டி வைக்கப்பட்டிருந்த ஆடு, பன்றி இவற்றின் தலைகளையும் மிரட்சியோடு பார்த்துக் கொண்டிருந்தாள். அச்சிறுமி போர்த்தியிருந்த மேல்துண்டை நோகாமல் எடுத்துக்கொண்டாள் ராசாத்தி. அத்துண்டால் தன் வாயைக் கட்டிக்கொண்டாள்.

கண்ணிமைக்கும் நேரத்தில் கூட்டத்தினின்று வெளிப்பட்டு திடலுக்குள் பிரவேசித்தாள் ராசாத்தி. படையலிடும் இடத்தை நோக்கி வேகமாய் நடந்தாள். திடலைச் சுற்றி நின்ற அத்தனை பேருக்கும் ஒரு கணம் எதுவும் புரியவில்லை. காளியைப்போல இவள் பாய்ந்து வருவதைப் பார்த்து படையலிடுபவருக்கு எடுபிடியாய் நிற்கும் இருவரும் இவளை எதிர்கொண்டு தடுத்தனர். வாயைக் கட்டி படைத்துக்கொண்டிருப்பவன் இவளின் நெஞ்சில் கைவைத்து நெட்டித் தள்ளினான். தூரமாய்ப் போய் பரிதாபமாகச் சாய்ந்தவள் தன் வாய்க்கட்டை பிரித்துவிட்டு,

“டேய்... என்ன யாண்டா தள்ளுனே... வீரன் என்னதாண்டா படைக்கச் சொல்லுறான். நான் தாண்டா படைப்பேன்” என்று கூச்சலிட்டாள். நான்கைந்து பெண்கள் அவளை வலுக்கட்டாயமாய் இழுத்துக்கொண்டு ஓரமாய்ச் சென்றார்கள்.

“என்ன விடுங்க... நான் வீரனுக்குப் படைக்கப் போறன். என் கையால சூடம் ஏத்தனும். என்ன விடுங்க... என்ன விடுங்க..” திமிறினாள் ராசாத்தி.

இன்னும் நான்கைந்து பெண்கள் சேர்ந்து அவளை கோழி அமுக்குவதுபோல அமுக்கி தூரமாய்க் கொண்டுபோனார்கள்.

“நான் படைக்காம வீரன் எதையும் ஏத்துக்காது. நீங்க படைக்கிறது வீண்தான்.” திரும்பத் திரும்ப முணுமுணுத்துக்கொண்டிருந்தாள் ராசாத்தி. ராசாத்தியை துஷ்ட தேவதை எதுவோ பிடித்துக் கொண்டதாய் பேசிக்கொண்டார்கள். அவளை படைக்குமிடத்தில் விட்டு வைத்திருந்தால் படையலையே கெடுத்துவிடுவாள் என்று நினைத்தவர்கள் அவளை வீட்டிற்கு இழுத்துவந்து படுக்கவைத்துவிட்டுப் போனார்கள்.

நாம் ஏன் அப்படி நடந்துகொண்டோம் என்று நினைத்தாள் ராசாத்தி. அவளுக்கே அதுபற்றி எதுவும் புரியவில்லை. எல்லோருக்கும் முன்பாக எப்படி இவ்வளவு மோசமாய் நடந்து கொண்டோம் என்று திரும்பத் திரும்ப நினைத்து வருந்தினாள்.

எழுந்து தோட்டத்திற்குச் சென்றாள். இருட்டத் தொடங்கியிருந்தது. வீரன் திடலிலிருந்து பிரகாசமான விளக்கு வெளிச்சத்தின் கதிர்கள் வானத்தில் பரவியிருந்தன. கனகாம்பரச் செடிகளுக்கு மத்தியில் போய் நின்றாள். இவள் கட்டிப் போட்டுவிட்டுப்போன பூச்சரம் அப்படியே கிடந்தது. அதை எடுத்து தன் தலையில் வைத்துக்கொண்டாள்.

“ஆகாய வீரா... நான் ஒன்னப் பாக்கணும். என் கண்ணு முன்னாடி வா. இப்பயே வா...”

“நான் அழுத்தக்காரியாம். பொல்லாத சிறுக்கியாம். யாம் மாமியா சொல்றா, என்ன மாதிரியே நீயும்கூட பொல்லாத சாமியாமுல்ல. அதுனாலதான ஒன்ன எனக்கு ரொம்பப் புடிக்கிது. ஒனக்கும் என்ன புடிச்சிருந்தா நீ என் கண்ணு முன்னால வா”

சுழன்றடித்தது காற்று. கருப்பஞ்சத்தையால் வேய்ந்திருந்த கூரைகளைப் பிய்த்துவிட்டுப் போய்விடும் வேகத்தோடு சுழன்றடித்தது காற்று. மரங்களும் செடிகொடிகளும் சுழன்றாடின. நிற்க முடியாமல் தள்ளாடினாள் ராசாத்தி.

அவளின் எதிரே சற்று தூரத்தில் நின்றுகொண்டிருந்தது வீரன். தரையில் பதியாத அதன் கருமையான கால்கள் அவளின் கண்களுக்குப் புலப்படவில்லை. முழங்கால் வரை மடித்துக் கட்டிய வேட்டி. இடுப்புக்கு மேல்பட்ட உடம்பு, கன்னங்கரிய பனைமரமாகத் தெரிந்தது. குறவன் பின்னிய மிகப்பெரிய அவனிப்பேட்டை கூடைபோல் தலை இருந்தது. கூடையின் மீது பனையிலிருந்து விழும் காய்ந்த ஓலைகளுடன்கூடிய சப்பை மட்டைகள் ஏழெட்டுக்கு மேல் குறுக்கும் நெடுக்குமாய் அடுக்கி வைக்கப்பட்டிருந்தது. காற்றில் அவை சரசரக்கும் சத்தம்கூட ராசாத்திக்கு நன்றாகக் கேட்டது.

அதன் உயரத்தை அண்ணாந்து பார்த்தாள். பார்க்கப் பார்க்க முடிவில்லா அதன் உயரம் வானத்தை நோக்கி தூரதூரமாய்ப் போய்க்கொண்டே இருப்பது போலத் தோன்றியது.

ராசாத்தியின் உடல் நடுங்கியது. கண் பார்வை மங்கியது. தலை சுற்றியது. நெஞ்சு படபடவென்று வேகமாய்த் துடித்தது. மயக்கம் வருவதுபோல இருந்தது. அதற்குமேல் உணர்வில்லை. மயங்கிச் சரிந்தாள்.

ராசாத்தி கீழே விழுவதற்குமுன் சிறு குழந்தையென அவளை **தன் கைகளில்** ஏந்திக்கொண்டது வீரன்.

ராசாத்தி மயக்கம் தெளிந்தபோது வீரனின் தோளில் சாய்ந்து கிடந்தாள். கை எட்டிப் பறித்துவிடும் தூரத்தில் நிலவும் நட்சத்திரங்களும் மின்னிக்கொண்டிருந்தன. குளிர்ந்த மேகங்கள் அவளை உரசிச்சென்றது.

"வீரா என்ன எதுக்காக இங்க தூக்கியாந்த?" என்றாள் ராசாத்தி புன்முறுவலுடன். அவளைத் தன் மடியில் உட்கார வைத்துக்கொண்டது. தன் வேட்டி மடிப்புக்குள் பத்திரப்படுத்தி வைத்திருந்த ஆடு, பன்றி இவற்றின் சுட்ட ஈரலை எடுத்துக்கொடுத்து திங்கச் சொன்னது. தன் விரிந்த கண்களால் வீரனை இமை கொட்டாமல் பார்த்துக்கொண்டிருந்தாள். அவளால் இதையெல்லாம் நம்ப முடியவில்லை. நடப்பதெல்லாம் உண்மைதானா? அல்லது கனவா? மருண்ட அவளின் கன்னம் வழித்து தலை கோதிவிட்டது வீரன். அவளை கைகளில் ஏந்தியபடி பறந்து திரிந்து ஆனந்தக் கூத்தாடியது.

"எம்மா... அம்மா...."

"..."

"வூட்ட தொறந்து போட்டுட்டு எங்க போயிட்டுது இந்தப் பொண்ணு?" நங்குடியத்தை தேடிக்கொண்டு தோட்டத்து வாசல்படியில் வந்து நின்றாள்.

கனகாம்பரச் செடிகளுக்கு மத்தியிலிருந்து திடுக்கிட்டு எழுந்தாள் ராசாத்தி. அவளுக்கு எதுவும் புரியவில்லை. என்ன நடந்தது நமக்கு? இவ்வளவு நேரமும் எங்கே போயிருந்தோம். வீரன் தூக்கிச் சென்றதெல்லாம் உண்மையா? பிரமையா? இல்லை கனவா? கனவு என்றால் வீட்டிற்குள்தானே படுத்திருப்போம். தோட்டத்திலிருந்து எப்படி எழுந்து வருகிறோம். குழம்பிய முகத்துடன் வந்தாள் ராசாத்தி.

"எங்கம்மா போன?"

"இங்கதான் வீட்டுக்கு பின்னாடி போயிருந்தன்."

"யாம்மா இன்னக்கி இப்படிப் பண்ணிட்ட?"

"எப்புடித்த"

"வீரனுக்கு நாந்தான் படைப்பேன்னு சத்தம் போட்டியே என்ன வந்துச்சி ஒனக்கு."

"நம்ம படைக்கலாமேன்னுதான் கேட்டன். அதுக்கென்ன இப்ப?"

"வீரன் பொல்லாத சாமியம்மா."

"நானும்தான் பொல்லாத செறுக்கி."

அவள் எதையாவது விதண்டாவாதமாய்ப் பேசிவிடுவாளோ என்று பயந்து நங்குடியத்தை பேச்சை மாற்றினாள்.

"இந்தாம்மா.. வீரனுக்கு வெட்டுன கறி, வீட்டுக்கு வீடு ரவ ரவ வந்துச்சி. ஒம்பங்கு கறிய வாங்கி வச்சிக்கிட்டு பாத்தா ஒன்ன ஆளயேக் காணும்."

"இல்லத்த எனக்கு வேண்டாம். நீங்க கொண்டுபோயி ஆக்குங்க."

"வேண்டான்னு சொல்லாதம்மா. படைச்ச குடிநீர் சேர்த்தத்தான் நீ திங்கல. இதயாவது ஆக்கித் தின்னு."

"யாரு சொன்னா நான் திங்கலன்னு."

"நீ எப்பத் தின்ன? யாரு குடுத்தா ஒனக்கு?"

"எனக்கு வீரன்தான் குடுத்திச்சி."

"வீரனா?"

"ஆமா?"

ராசாத்திக்கு சித்தம் எதுவும் கலங்கிப்போயிருக்குமோ என்று சந்தேகமாய் அவளைப் பார்த்தாள்.

"சுட்ட ஈரல வானத்தப் பாக்க வீசுனாங்கல்ல? வீரனுக்காக."

"ஆமாம்"

"அத புடிச்சி வீரன் திங்காம எனக்கு வச்சிருந்து குடுத்திச்சி" அவளைப் பரிதாபமாய்ப் பார்த்தாள் நங்குடி அத்தை.

"நீங்களெல்லாம் கொழுப்பும் கொடலும் போட்டு கொதிக்க வச்ச குடிநீர் சோறுதான் தின்னுருப்பிய, ஆனா நான் வீரன் திங்கிற ஈரல் கறிய தின்னுட்டு வந்துருக்குறன்."

"..."

"சந்தேகமாருக்காத்த... நான் வேணுமுன்னா ஊதிக் காட்டவா?"

"வேண்டாம்மா. நீ படு. நானே ஒனக்கும் சேத்து கொழம்ப வச்சி எடுத்தாறன்." இந்தப் பொண்ணுக்கு இப்படியா ஆவணும். சோர்வுடன் திரும்பினாள் நங்குடி அத்தை.

ஒவ்வொருநாளும் வானம் கவிழும் அந்திப் பொழுதில் கனகாம்பரச் செடிகளுக்கு மத்தியில் ராசாத்தி போய் நிற்பதும் வீரன் வந்து அவளைத் தூக்கிச் செல்வதும் தொடர்ந்தது. வீரனிடமிருந்து கிடைக்கும் பரவசமான அனுபவங்களால் தன் கவலைகள் அனைத்தையும் அடியோடு மறந்துபோயிருந்தாள் ராசாத்தி.

அன்று விடியற்காலை வழக்கம்போல் கண்விழித்தவள் தன் தொடை இடுக்குகளில் ஈரம் பிசுபிசுப்பதை உணர்ந்து திடுக்கிட்டாள்.

'அய்யய்யோ... இது வேற இப்ப வந்துட்டே. இதோட வீரன் கிட்ட நெருங்கக் கூடமுடியாதே. இது ஒரு நாளோட விட்டுத் தொலையிற சனியனும் இல்லையே. மூணு நாளைக்கி நான் எப்படி வீரன பாக்காம இருப்பேன்... கடவுளே, என்னால முடியாதே.'

தலையில் கைவைத்துக்கொண்டு சோர்ந்து போய் உட்கார்ந்து விட்டாள் ராசாத்தி.

"இன்னக்கி வீரன் வராது. வந்தாலும் கிட்ட வந்து நம்ம தொட்டுத் தூக்காது. நாமதான் எப்படி கிட்டப் போக முடியும்" இதே சிந்தனையாக இருந்தது ராசாத்திக்கு.

பொழுது போகும் முன்பாகவே உலக்கையை எடுத்துப் போட்டுக்கொண்டு படுத்துவிட்டாள்.

கனகாம்பரச் செடிகளுக்கு மத்தியில் அவளைக் காணாத வீரன் வீட்டிற்குள் வந்து எட்டிப் பார்த்தது. உறங்குவதுபோல் கிடந்த ராசாத்தியை தட்டி எழுப்பியது. திடுக்கிட்டு ஒதுங்கிக்கொண்டாள்.

"வழக்கம்போல உன்னை தூக்கிச் செல்ல வந்திருக்கிறேன்; தோட்டத்துக்கு வா" என்று அழைத்தது.

அவள் வெளியே வர மறுத்தாள். தயங்கியபடியே அதற்கான காரணத்தைக் கூறினாள். அவள் சொல்வதைக் கேட்டு வீரன் விலகி ஓடிவிடப்போகிறது என்றுதான் நினைத்தாள். ஆனால் காதல்வழியும் தன் கரிய பெரிய விழிகளை உருட்டி அவளை ஒருமுறை பார்த்த வீரன் முகமெங்கும் மகிழ்ச்சி ததும்ப நிம்மதி பெருமூச்சு விட்டபடி அவளின் முன் தாளிட்டு உட்கார்ந்தது.

"இம்மண்ணை பாவத்தீயிலிருந்து குளிர்வித்து செழிக்கச் செய்யும் அருமருந்தாகிய உன் உதிரத்தை எனக்குக் கொடு. அந்தப் புனிதச் செந்நீரை மழையோடு கலந்து மண்ணுலகெங்கும் பரவும்படி இப்போதே நான் தெளிக்க வேண்டும்" என தன் இரு கைகளையும் ஏந்தியது மண்ணுலகை உய்விக்கும் ஆகாய வீரன்.

சிக்கல்

லில்லி டீச்சருக்கு தினந்தோறும் இது ஒரு பெரும் பிரச்சனையாகப் போய்விட்டது. படுக்கையை விட்டு மகள் ஜெனிட்டா எழுந்துவிட்டபோதும் ஆறு மணியிலிருந்து ஏழரை எட்டுவரைகூட மகளோடு கழிப்பறையில் மல்லுக்கட்ட வேண்டியதாயிருக்கிறது. பருப்பை ஓர் அடுப்பிலும் பாலை மற்றோர் அடுப்பிலும் வைத்துவிட்டு வந்து மகள் எழுந்துவிட்டாளா என்று பார்த்தாள். அவள் தூங்கிக்கொண்டுதான் இருந்தாள். சில சமயம், விழித்துக்கொண்டாலுமேகூட தூங்குவதுபோல் பாவனை செய்யக்கூடியவள்.

"ஜெனி... ஜெனி...."

"ம்..."

"எழுந்திருக்கல?"

"ம்.. எழும்புறம்மா."

"பொழுது விடிஞ்சிடுத்துடி எழுந்துரு."

ஜெனிட்டா சோம்பல் முறித்து எழுந்து உட்கார்ந்தாள்.

"பல் வெளக்கிட்டு வா. பால் தாறேன்."

லில்லியின் கணவன் சேவியர், காலையிலேயே எழுந்து சாம்பாருக்குத் தேவையான வெங்காயம், காய் இவற்றை நறுக்கி வைத்துவிட்டு நடைப் பயிற்சிக்குப் போயிருந்தான். அதோடு தன் கடமை முடிந்துவிட்டது என்று நினைப்பவன். காபி, டீ எதையும் வீட்டில் அவன் எதிர்பார்ப்பதில்லை. வழியில் ஏதாவது ஒரு கடையில் குடித்துக்கொள்வான். இதைக்கூட அவன் லில்லிக்குச் செய்யும் உபகாரமாய் நினைத்தான்.

லில்லிக்குத்தான் நிறைய தலைவலி. காலைச் சிற்றுண்டி, மதியச் சாப்பாடு செய்ய வேண்டும். அடுக்குக் குவளைகளில் மகளுடன் கணவனுக்கும் தனக்கும் தனித்தனியாய் எடுத்துவைக்க வேண்டும். பாட்டில் தேடி தண்ணீர் நிரப்பி, துண்டு தேடி, பை தேடி.. இதெல்லாம் போதாதென்று ஜெனிட்டாவின் குடலோடு தினமும் குத்துச்சண்டை நடத்த வேண்டியதாயிருக்கிறது லில்லிக்கு. ஜெனிட்டாவை கழிப்பறைக்குள் அனுப்புவது என்பது அவ்வளவு சுலபமான

காரியமில்லை. பலி பீடத்துக்குப் போக பயந்து பின்னுக்கு இழுக்கும் ஆட்டைப்போல பார்க்கப் பாவமாக இருக்கும். என்ன செய்து தொலைப்பதென்று எதுவும் புரியாமல் விழிப்பாள் லில்லி.

அப்படி என்னதான் இருக்குமோ அவள் குடலில்; இம்மியும் இளகிக்கொடுக்காத கல்குடல். எத்தனையோ மருத்துவர்களைப் பார்த்தாகிவிட்டது. ஜெனிட்டாவுக்கு குடல் பிரச்சனை ஒரு பங்கென்றால் வலிக்கும் என்ற பயம் பத்துப் பங்காக இருந்து காலைக்கடன் கழிப்பதே பெரும் சிக்கலாகிக்கொண்டிருந்தது.

'நாட்டுல ஒரு டாக்டர் கூடவா ஒழுங்கா படிச்சி வந்திருக்க மாட்டாங்க. தினசரி காலயில குழந்தைய வெளிக்குப் போகவைக்க முடியாத டாக்டருங்க என்ன படிச்சிட்டு வந்திருப்பாங்க' லில்லியின் கையாலாகாத்தனம் மருத்துவர்களின் மீது கோபமாகத் திரும்பும்.

ஜெனிட்டா குழந்தையாய் இருக்கும்போதிலிருந்தே அவளுக்கு இந்தப் பிரச்சனை இருக்கிறது. குழந்தை தினமும் வெளிக்குப் போகாமல் மலம் இறுகிக்கொள்ளும். அப்போதெல்லாம் குழந்தையைக் காலில் போட்டு முருங்கைக் கீரையின் சிறுகாம்பை, ஓட்டைக்குள் விட்டு பிடித்துக்கொள்வாள். முருங்கைக் காம்பு வைத்த ஓரிரு நிமிடங்களுக்குள் மலம் எவ்வளவு இறுகி இருந்தாலும் வந்துவிடும். இருப்பினும் மலத்துளையைச் சுற்றி தெறிப்புகள் ஏற்பட்டு ரத்தம் கசிவதைத் தடுக்க முடியாது. பிறகு அதற்கு மருந்து தடவிக்கொண்டிருப்பாள் லில்லி.

ஜெனிட்டாவை மழலையர் பள்ளியில் சேர்த்த பிறகு முருங்கைக் குச்சி மருத்துவம் முடியாமல் போய்விட்டது. தான் வளர்ந்துவிட்டதாக நினைத்துக்கொள்வாளோ என்னவோ காலில் உட்காராமல் ஆட்டம் காட்ட ஆரம்பித்துவிட்டாள். இப்போது இரண்டாம் வகுப்பிற்கு வந்துவிட்டாள். மருத்துவர்கள் அவ்வப்போது நீட்டு நீட்டான மாத்திரைகளை எழுதிக்கொடுக்கிறார்கள். அதை மலத்துளைக்குள் விடுவதற்குப் போதும் போதும் என்றாகிவிடுகிறது. அப்படியும் இரண்டு நாட்களுக்குத்தான் நிவாரணம் கிடைக்கிறது. வளர்ந்தால் சரியாகிவிடும் என்கிறார்கள். கீரையும் பாலும் முட்டையும் நிறைய கொடுக்கச் சொல்கிறார்கள். லில்லியும் கொடுத்துத்தான் பார்க்கிறாள். இவற்றை விடவும் கடைப் பண்டங்களைத்தான் ஜெனிட்டா அதிகமாய் விரும்பித் தின்று தொலைக்கிறாள். ஒரே பெண்பிள்ளை விரும்பித் தின்பதை வாங்கிக் கொடுக்காமலும் இருக்க முடியவில்லை.

அடுப்பில் குக்கரை வைத்துவிட்டு பாலை ஆற்றியபடி ஜெனிட்டாவைக் கூப்பிட்டாள். போராட்ட நேரம் ஆரம்பமாகப் போகிறதே என்ற ஒருவிதமான மிரட்சியுடன் உட்கார்ந்தவள்,

"என்னம்மா?" என்றாள்.

"பல் வெளக்கிட்டல்ல."

"ம்"

"இந்தா இதக்குடி."

கவனமாய் பால் டம்ளரை வாங்கிக்கொண்டவள் லில்லியின் முகத்தையே பரிதாபமாகப் பார்த்தாள்.

"நல்லா ஆத்திட்டன். சுடாது சீக்கிரமாக் குடி."

"ம்."

"வெண்டைக்காய் நறுக்கணும். என்னால நின்னுட்டு இருக்க முடியாது. குடிச்சிட்டு வா சீக்கிரமா" சமையலறைக்குத் திரும்பினாள்.

"அம்மா"

"என்னடி?"

"இன்னக்கி எனக்கு ஆய் வரல்லம்மா."

"என்னக்கித்தாண்டி ஒனக்கு அது தானா வந்துச்சி?"

"..."

"எப்பத்தான் இந்தப் பிரச்சினை தீருமோ தெரியலையே ஆண்டவரே" அருவாமணையை எடுத்துவைத்து கழுவிய வெண்டைக்காய்களை நறுக்க ஆரம்பித்தாள்.

"ஜெனி இன்னுமா பால் குடிக்கிற?"

"இன்னும் கொஞ்சம் இருக்கும்மா."

"குடி, மடக்கு மடக்குன்னு."

"ரொம்ப ஆறிப்போயிட்டுதும்மா வயத்தப் பெரட்டுது."

"வெத வெதன்னு குடுத்தா சூடா இருக்கு குடிக்கமுடியலம்பே. ஆத்திக் குடுத்தா சில்லுன்னு இருக்கு கொமட்டுதும்ப. நீ என்னக்கித்தான் நல்லாருக்குன்னு சொல்லி குடிச்சிருக்குற. சீக்கிரம் குடி."

"எனக்குப் போதும்மா."

"குடிடி. எல்லாத்தையும் குடிச்சாத்தான் ஆய் வரும்."

"அம்மா இன்னக்கி மட்டும் வேண்டாம்மா. எனக்கு ஆயி வரலம்மா."

“இந்தக் கதையெல்லாம் என்கிட்ட வேண்டாம். நீ பாலக் குடிச்சிட்டு இப்ப பாத்ரூமுக்குள்ள போவணும் சொல்லிட்டன். நேத்தைக்கு முழுசா வயத்தவிட்டு கழிஞ்சிருந்தாக்கூட இன்னக்கி இருந்துட்டுப் போன்னு விட்டுவிடலாம். ஆட்டாம் புழுக்கையாட்டம் ரெண்டு வந்து விழுந்துது. அதோட எழும்பிட்ட. இன்னக்கிம் இருக்கலன்ன என்ன அர்த்தம்.”

“ஆண்டவர் மேல சத்தியமா எனக்கு ஆயி வரல்லம்மா.”

“சத்தியம் பண்றியா நீ. ஏற்கனவே ஓம் ஒடம்புல முக்காவாசி கல்லாவே இருக்கு. இதுல ஆண்டவர் மேல ஆணயிட்டு வேற சத்தியம் பண்றியா! ஒனக்கும் ஒப்பனுக்கும் ஈவு எரக்கமே இருக்காதாடி. ஒரு பொட்டச்சி கெடந்து புள்ளக்கிட்ட எவ்வளவு போராடுறான்னு ஒப்பனும் பாவப்பட மாட்டேங்கிறாரு. நம்ப அம்மா இவ்வளவு கெஞ்சி கூத்தாடுதேன்னு ஒந்நெஞ்சில சொரக்கமாட்டங்குது. நான் என்னடி பாவம் பண்ணினேன். ஒங்க இரண்டு பேருக்கிட்டயும் நான் ஒவ்வொரு நாளும் நரகத்த அனுபவிக்கிறன் தெரியுமாடி. ஆண்டவரே என்னை எதுக்காக இப்படி சோதிக்கிற.”

தன் அம்மா புலம்புவதை சகித்துக்கொள்ள முடியாத ஜெனி,

“சரிம்மா நான் பாத்ரூமுக்குப் போறன்” என்று எழுந்து வந்தாள். சமையல்கட்டை அடுத்திருந்த கழிப்பறையுடன் கூடிய குளியலறைக்குள் நுழைந்தாள்.

“ஜெனி இரு. இந்தா இத வாங்கிட்டு போடி.”

“பேப்பர் வேண்டாம்மா. நான் டாய்லெட் பேஷின்லயே போயிக்கிர்றன்.”

“அதெல்லாம் வேண்டாம் நீ எப்பவும் போல பேப்பர்லயே போ. நீ போனியா போகலையான்னு எனக்குத் தெரிய வேண்டாம்.

“நான் சொல்றம்மா.”

“நீ ஒண்ணும் சொல்ல வேணாம். நானே பாத்துக்கிர்றன். நீ பேப்பர்லயே போ.”

முறைப்புடன் தாளை வாங்கிக்கொண்டவள் கோபத்தில் படீரென கதவை அடித்துச் சாத்தினாள்.

“பாத்துடி. கதவு ஒடஞ்சிடப்போகுது. வீட்டுக்காரங்களுக்கு காதில் விழுந்துட்டா அப்பறம் அதுக்குவேற நான் விளக்கம் சொல்லிக்கிட்டு நிக்கணும். இப்ப அதுக்கெல்லாம் நேரம் இருக்காச்சொல்லு.”

விசில் வந்த குக்கரை இறக்கி வைத்துவிட்டு வெங்காயம், தக்காளி வதக்கிக்கொட்டி, புளிகரைசல் சேர்த்து சாம்பாரை கொதிக்கவிட்டு ரசத்திற்காக சூடான பருப்புத் தண்ணீருக்குள் முழுத் தக்காளியை எடுத்துப் போட்டிருந்தாள். ரசம் வைக்க வேண்டும். வெண்டைக்காய் வதக்க வேண்டும். கடைசியாய் ஆளுக்கு இரண்டு தோசை ஊற்ற வேண்டும். எத்தனையைச் செய்வது? ரசமும் வெண்டைக்காய் பொரியலும் மட்டும் இருந்தாலே போதும். அவளும் ஜெனிட்டாவும் பெரும்பாலும் ரசத்தில்தான் சாப்பிடுவார்கள். சாம்பார் என்றால் ஜெனிட்டாவுக்கு ஆகவே ஆகாது. லில்லிக்கு சில சமயம் பிடிக்காமல்தான் போய்விடுகிறது. காரசாரமாய் வத்தல்குழம்போ, புளிக்குழம்போ வைத்தால் இரண்டு வாய் அதிகமாய்ச் சாப்பிடலாமென்று தோன்றும். ஆனால் அவள் கணவன் சேவியருக்கு சாம்பாரைத் தவிர வேறு எதுவும் பிடிக்காது. தினமும் பருப்பைக் கடைந்து காய்போட்டு வேகவைத்து இறக்கி வைத்துவிட வேண்டும். மூன்று வேளைக்குமே சோறும் சாம்பாரும் கொடுத்தாலும் தின்றுவிட்டுக் கிடப்பான்.

“ஜெனி.”

“என்னம்மா?”

“ஏன்னடி பண்ற உள்ள?”

“ஆயி இருக்கப் போறம்மா.”

“நீ ஒக்காந்திருக்குற மாதிரி தெரியலையே. நின்னுக்கிட்டுல்ல இருக்குற.”

“சுவத்தில் பெரிய பல்லி ஒண்ணு தாவுச்சிம்மா. அதான் எழுந்தன்.”

“சரி ஒக்காந்து இரு.”

“ம்”

“கதவை மூடி வைத்துவிட்டுக்கூட உள்ளே நிம்மதியாய் நிற்கமுடியவில்லையே ஆண்டவரே” முணுமுணுத்துக்கொண்டாள் ஜெனிட்டா.

இந்நேரம் இந்த ஜெனிட்டா, குமாரமங்கலம் சுந்தரம் அய்யங்கார் வீட்டு வாரிசாய்ப் பிறந்திருந்தால் இதுபோன்ற பிரச்சனையெல்லாம் அங்கேயும் ஏற்பட்டிருக்குமா என்று ஒருகணம் நினைத்தாள் லில்லி. இதுபோல ஒவ்வொரு சம்பவத்தையும் அந்தக் குடும்பத்தில் வைத்துப் பொருத்திப்பார்க்கும் பழக்கம் லில்லிக்கு எப்போதும் இருந்து கொண்டேதான் இருக்கிறது. இப்போது இது மட்டும்தான் அவளால்

முடிகிறது. வேறு என்ன செய்வது. எல்லாமேதான் நடந்து முடிந்துவிட்டதே. திரண்டு வந்த கார்மேகம் மழை பெய்யாமலே கலைந்து போனதைப்போல லில்லி கண்ட கனவுகள் அவை, வீணாய் சிதைந்து போய்விட்டதே.

லில்லி படித்த அதே பள்ளியில் அதே வகுப்பில் ரெட்டைத்தெரு ராமானுஜ அய்யங்கார் மகள் வனஜாவும் படித்தாள். ஏழாம் வகுப்பிலிருந்தே இருவருக்கும் நல்ல பழக்கம். வகுப்பில் அவளுக்குக் கொடுக்கப்படும் முக்கியத்துவம் ஆசிரியர்கள் அவளிடம் காட்டும் அக்கறை ஆகியவற்றைப் பார்த்த லில்லி, வனஜாவோடு நெருக்கமாக நட்பை ஏற்படுத்திக்கொண்டாள். மேலும் வனஜாவோடு அய்யங்கார் ஆத்து பாஷையும் அவளுடைய பழக்கவழக்கங்களும் ரெண்டும் கெட்டானாய் இருந்த லில்லியைக் கவர்ந்துவிட்டன. வனஜாவின் பாஷையைத் தானும் ஓரளவு பேச கற்றுக்கொண்டாள் லில்லி. போதாக்குறைக்கு கடவுளின் அருள் பெற்ற பிள்ளைகள் மட்டும்தான் அய்யங்கார் ஆத்தில் வந்து பிறப்பார்கள் என்றும் வனஜா அவ்வப்போது சொல்லிக்கொண்டிருந்தாள். இது, தானொரு அய்யங்கார் வீட்டுப் பெண்ணாய்ப் பிறக்கவில்லையே என்ற ஏக்கத்தை லில்லியின் மனதில் ஏற்படச் செய்திருந்தது. வனஜாவைப் போலவே நடந்துகொள்ள ஆசைப்பட்டாள். மீன், முட்டை, கறி இவற்றை ஒதுக்கியதோடு அவற்றைக் கண்டால் குமட்டவும் செய்தாள். இவைகளை விரும்பிச் சாப்பிடும் தன் பெற்றோரையும் உடன்பிறந்தவர்களையும் ஒருவிதமான அசூயையுடன் பார்த்தாள். தான் ஒரு மதம் மாறிய கிறித்துவப் பெண் என்ற அடையாளத்தை சிரமப்பட்டு மறைக்க முயற்சித்தாள்.

ஆசிரியர் பயிற்சி படிக்க லில்லி, வனஜாவைப் பிரிந்து கடலூர் சென்றுவிட்டபோதும் வனஜாவை மட்டுமே அவள் உற்ற தோழியாய் நினைத்தாள்.

கடவுளின் அருள்பெற்ற வனஜாவை ஒருநாள் தற்செயலாய் சினிமாக் கொட்டகை வாசலில் பார்த்தாள் லில்லி. அவள் வேறொரு ஆணுடன் தோள்கள் உரச உள்ளேயிருந்து வந்துகொண்டிருந்தாள். லில்லி அதைப்பார்த்து அதிர்ந்துதான் போனாள்.

“என்ன வனஜா நீ இவன்கூட வந்திருக்கிற?”

“ஏய், அவன் இவன்னு ஏன வசனத்துல பேசாதடி. காதுல விழுந்துறப் போறது. அவரு இப்ப தாலுக்கா ஆபீஸ்ல நல்ல வேலயில இருக்கார் தெரியுமோ. மாதம் பதினெட்டாயிரம் சம்பளம் வாங்குறார்.”

“வாங்கட்டும். அதுக்காக நீ ஏண்டி அவன்கூட வரணும்?”

“என்ன இது கேள்வி. சும்மா பொழுதுபோகாமயா நான் சுத்துவேன். நாங்க ரெண்டுபேரும் கல்யாணம் பண்ணிக்கப் போறம்.”

“வீட்டுக்குத் தெரியுமா?”

“ஒனக்குத் தெரியாதா? எங்கக்காகூட இப்பபடித்தான் வேற ஜாதிக்காரன விரும்பி வீட்டுக்குத் தெரியாமே கல்யாணம் பண்ணிண்டா. இப்ப திருக்கோவிலூருல ஜம்முன்னு வாழுறா.”

“அதிருக்கட்டும்; ஒங்க வீட்டுல இதுக்கு ஒத்துக்குவாங்களாடி?”

“திரும்பத்திரும்ப என்ன இது கேள்வி. யாரு ஒத்துக்கணுங்கிற? நான் இவர்கூடத்தான் வாழப்போறன். இவர் ஒத்துண்டா போறாதா?” என்றவள்.

“கல்யாணத்துக்குப் பிறகு சொல்றன்; ஒருநாள் எங்க ஆத்துக்கு வந்துட்டுப் போ” என்றவாறே அவனுடன் வண்டியில் ஏறிப் போய்விட்டாள்.

குடும்ப மானத்தையும் கௌரவத்தையும் கட்டிக்காக்கவேண்டிய பெண், இப்படி பொறுப்பில்லாமல் போகிறாளே என்று ஆதங்கப்பட்டுக் கொண்டாள் லில்லி.

படிப்பு முடிந்த ஓராண்டுக்குள் லில்லிக்கு திருவண்ணாமலைப் பக்கம் வேலையும் கிடைத்தது. மேற்கொண்டு அஞ்சல் வழியில் படிக்க விண்ணப்பித்திருந்தாள். சிதம்பரம் அண்ணாமலை பல்கலையில் இளங்கலை கணிதம் எடுத்துப் படித்தாள். செமினார் வகுப்புகளுக்கு திருவண்ணாமலைக்குச் செல்வாள். வகுப்பில் வைத்துத்தான் முதன் முதலில் விக்னேஷ்வரனை சந்தித்து, பக்கத்து பக்கத்து இருக்கைகளில் உட்கார்ந்து வகுப்பைக் கவனித்தார்கள். அடிக்கடி இவளைப் பார்த்து புன்னகைத்தான். நெற்றிப் பட்டையும் கழுத்தை ஒட்டி தொங்கிக் கொண்டிருந்த ஒற்றை ருத்ராசக் கொட்டையும் பதிலுக்கு இவளையும் புன்னகைக்க வைத்தது. இரண்டொரு நாளில் வனஜாவின் பிரிவை ஈடுசெய்வதாய் இருக்கும் இவனது நட்பு என்று நம்பினாள். நன்றாகப் பேசினான் அவன். வனஜா பேசும் அதே பாஷையில் இனிக்க இனிக்க அவன் பேசுவதைக் கேட்டுக்கொண்டே இருக்கலாம் போலத் தோன்றும் லில்லிக்கு. நாளாவட்டத்தில் அவன் உரிமையோடு அவளைத் தொட்டுத் தொட்டு பேசவும் ஆரம்பித்தான். லில்லிக்கு அப்படி அவன்

நடந்துகொள்வதுகூட உள்ளூர மகிழ்ச்சியையே ஏற்படுத்தியது. அவனிடமிருந்து விலகி நின்று பழக வேண்டும் என்று அவள் நினைக்கவில்லை.

தனிமையில் சந்திக்கும் ஒவ்வொருமுறையும், தன் வீட்டிற்கு வந்த பிறகு லில்லி கடைப்பிடிக்கவேண்டிய விரதங்கள் பற்றியும் முக்கியமான பூஜைகளின்போது சுலோகங்கள் பற்றியும் ஒவ்வொன்றாக அவளுக்குக் கற்றுக்கொடுத்தான். மூன்றாண்டு முடிவில் கல்யாணம் பற்றி பேசும்போதுதான் விக்னேஷ்வரன் வீட்டில் அதற்கு ஒத்துக்கொள்ளவில்லை என்பது லில்லிக்குத் தெரியவந்தது. இவ்வளவு ஆசை ஆசையாய்ப் பழகி கடைசியில் பிரிவதா? லில்லி அதைத் தாங்கிக்கொள்ள முடியவில்லை. எல்லா கனவிலும் மண் விழுந்துவிட்டதே என்று கலங்கித் தவித்தாள்.

கடைசியாய் சந்தித்தபோது விக்னேஷ்வரன் சிறியதொரு மரத்தாலான பிள்ளையாரைக் கொடுத்து "லில்லி இது எங்க தாத்தாவோட அப்பா காலத்துலேருந்து எங்காத்து பூஜை அறையில இருந்தது. இது என்னோட ஞாபகமா நீ வச்சிக்க. ஏதாவது கஷ்டம் வந்தாக்கூட இத எடுத்து கைல வச்சிக்கிட்டு நான் சொல்லிக்கொடுத்த சுலோகத்த சொல்லு. கஷ்டமெல்லாம் வெலகும். மனசார நான் ஒன்ன விரும்பினதுக்கு என்னால செய்ய முடிஞ்சது இது மட்டும்தான். என்ன மன்னிச்சிடு லில்லி" என்று தழுதழுத்தான். அவனின் கலங்கிய கண்களைப் பார்த்து நெகிழ்ந்து போய்விட்டாள் லில்லி. "பரவால்ல. நீங்க அழுதா என்னால அத தாங்கிக்க முடியல, நான் எப்பவும் ஒங்கள நெனச்சிட்டேதான் இருப்பேன்" என்று பதிலுக்கு இவளும் உணர்ச்சிகளைக் கொட்டிவிட்டு பெருந்தன்மையோடு பிரிந்து வந்துவிட்டாள்.

லில்லியால் நிம்மதியாய் இருக்கமுடியவில்லை. தன் தோழி வனஜாவிடம் பிரச்சனையை சொல்லிப் பார்க்கலாமா என்று நினைத்தாள். அவள் மூலமாக ஏதாவது செய்ய முடிந்தால் நன்றாக இருக்குமென்ற நப்பாசையில் அவள் வீட்டுக்குப் போனாள்.

வனஜா அதற்குள் இரண்டு பிள்ளைகளைப் பெற்றிருந்தாள், இரண்டும் நல்ல சூட்டிகையாய் வீட்டில் விளையாடிக்கொண்டிருந்தன. வனஜாவை ஒரு ராணியைப் போல் வைத்துப் பார்த்துக்கொண்டிருந்தார் அவளுடைய கணவன்.

பேச்சை ஆரம்பித்து மெதுவாகத் தன் விஷயங்கள் அனைத்தையும் சொன்னாள் லில்லி. எல்லாவற்றையும் கேட்ட பிறகு "எங்கிட்ட

ஒருவார்த்த இதப்பத்தி சொல்லியிருந்தா முன்கூட்டியே நான் ஒன்ன தடுத்திருப்பனே. இப்படி ஏமாந்திட்டியேடி' என்று லில்லிக்காக உண்மையாகவே வருந்தினாள் வனஜா.

"நீயெல்லாம் வேறு ஆள கல்யாணம் பண்ணிக்கிட்டு வாழலயா. எனக்கு மட்டும் ஏண்டி இப்படி?"

மெதுவாக இவளின் காதோரம் குனிந்து,

"எங்க மனுஷாள் தம் வீட்டு பொண்ணுங்க எந்தக் கீழ்சாதிப் பையன விரும்பினாலும் கல்யாணம் பண்ணிண்டு தொலையட்டுமுன்னு விட்டுடுவாங்க. ஆனா ஆண்பிள்ளைகள மட்டும் அப்படி ஒருநாளும் விடவே மாட்டாங்க. குலம், கோத்திரம், பதினாறு பொருத்தம் எல்லாம் பாத்துதான் கல்யாணம் பண்ணி வைப்பாங்க. எங்க பையனுங்க வேற பொண்ணுங்கள கல்யாணம் செஞ்சி நீ எங்கயாவது பாத்திருக்கிறியா சொல்லு."

மௌனமாய் உட்கார்ந்திருந்தாள் லில்லி.

"வேத்தாள ஆத்துக்குள்ளயே சேக்கமாட்டாங்க. அதுவும் மாட்டுப்பொண்ணா சேக்கணுமுன்னா முடியுமா சொல்லு."

தன்னை விக்னேஷ்வரன் ஏன் திருமணம் செய்துகொள்ள முடியாது என்பதற்கான காரணம்கூட லில்லிக்கு நியாயமாகத் தெரிந்தது. வேறுவழியில்லை என்று நினைத்து தன் மனதை தேற்றிக்கொண்டாள்.

பிறகு, வீட்டில் ஏற்பாடு செய்த சேவியருக்கு மோதிரம் மாற்றிக்கொண்டு அவனுக்கு மனைவியானபோதும் விக்னேஷ்வரன் கொடுத்த பிள்ளையாரை மட்டும் மறக்காமல் தன்னுடனே வைத்துக்கொண்டாள். மரப் பிள்ளையாரும் சுலோகமும் அவளுக்கு அவ்வப்போது கைக்கு உதவியாகவும் நம்பினாள்.

தன் மகள் ஜெனிட்டாவின் கையில் அந்த பிள்ளையாரைக் கொடுத்து சுலோகத்தை சொல்லச்செய்யலாமா என அடிக்கடி தோன்றும். அவள், தன் அப்பாவிடம் சொல்லி ஏதாவது புதுப் பிரச்சனை ஏற்பட்டுவிட்டால் என்ன செய்வது என்ற பயத்தில் இதுநாள் வரை அப்படி செய்யாதிருந்தாள். ஆனால் இனிமேலும் யோசிக்கக்கூடாது. இன்றைக்கு அதைச் செய்துவிட வேண்டும். ஜெனிட்டாவேகூட இது என்ன ஏதென்று ஆயிரம் கேள்விகளைக் கேட்கலாம். கேட்கட்டும். கேள்விக்குப் பதில் சொல்வது முக்கியமில்லை, நமக்கு காரியம் நடந்தாக வேண்டும். அதுதான் முக்கியம் என்று நினைத்தவள்,

"ஜெனி" என்றாள் கழிப்பறையைப் பார்த்து,

"ம்"

"என்ன ஆச்சா?"

"இன்னும் இல்லம்மா."

"இரு வர்றேன்" என்றவள் அலமாரியில் மறைத்து வைத்திருக்கும் பிள்ளையாரை எடுத்துவரப் போனாள். அதேநேரம்,

"லில்லி தயிர் வேணுமா" என்று கேட்டுக்கொண்டே உள்ளே வந்தான் சேவியர்.

"ரெண்டு ரூபாய்க்கு வாங்குங்க" என்றவள் 'போச்சி இவன் வந்துட்டான். இன்னக்கிம் முடியாது' என்று தனக்குள்ளே அலுத்துக்கொண்டாள்.

"மணி எட்டு ஆயிடுத்துடி ஜெனி... இனிமே எப்ப குளிக்கிறது, எப்ப சாப்பிடறது... தலவேற கட்டணும்" சத்தம் போட்டாள்.

"நான் குளிக்கிறம்மா."

"இன்னொரு தடவ ஒக்காந்து பாரு ஜெனி."

"..."

"கிருமிகள் ரெத்தத்துல கலந்துரும் ஜெனி."

"முடியலம்மா, வலிக்குது."

"ஒக்காந்து ட்ரைப்பண்ணி பாரு ஜெனி."

கழிப்பறைக்குள்ளிருந்து அழும் குரல் கேட்டது.

"என்ன ஜெனி அழுவுறியா?"

இன்னும் சற்று உரக்க தேம்பினாள் அவள்.

"கதவ தொற ஜெனி. இப்ப எதுக்கு அழுவுற?"

ஜெனிதா கதவைத் திறந்து பேப்பரைக் காட்டிவிட்டு மேலும் சத்தமாய் அழுதாள். பேப்பர்ல இரண்டு மூன்று சொட்டு ரத்தம் மட்டும் இருந்தது.

"எப்பவும்தான் ரெத்தம் வரும். அதோட டாய்லெட்டும் வந்துரும். இன்னக்கி ரெத்தம் மட்டும் வந்துருக்கு. உள்ள இழுத்துக்கிட்டியாடி. இறுக்கி இறுக்கி வச்சி என்னடி பண்ணப்போற அய்யோ கடவுளே.... ஆண்டவரே.... என்னால தாங்க முடியலயே..." தலையில் கைவைத்துக்கொண்டு உட்கார்ந்துவிட்டாள் லில்லி.

இவற்றையெல்லாம் கவனித்தபடியே தயிரை வாங்கிவந்து வைத்த சேவியர்,

“லில்லி அவள விடு. நீ பள்ளிக்கூடம் கௌம்புற வேலயப் பாரு” என்றான்.

திரும்பி இவனைப் பார்த்தாள்.

“நானும் ஜெனியும் ஊருக்குப்போறம். நம்ம கொல்லயில இன்னக்கி அறுப்பு அறுக்குதாம். எங்கப்பா வரச்சொல்லி பேசுனாங்க.”

“பள்ளிக்கூடம்?”

“நான் ஒரு வாரத்துக்கு மருத்துவ விடுப்பு. வரும்போதே பாபு வாத்தியார்கிட்ட குடுத்துட்டு வந்துட்டன்.”

“அப்ப ஜெனி?”

“அவளுக்கும் ஒருவாரம் லீவு சொல்லிட வேண்டியதுதான்.”

“என்னங்க இப்புடி திடீருன்னு?”

“அதான் சொன்னேல்ல. அறுப்பு அறுக்குதாம். அண்ணங்க யாரும் வீட்டுக்கு வரலயாம். எங்கப்பா பாவம். வயசானவர். அவங்க என்ன செய்வாங்க. இந்தமுறை நான்தான் போகணும்.”

“ஜெனி எதுக்கு?”

“நான் மட்டுந்தான் போவமுன்னு நெனச்சன். இப்பத்தான் இவளயும் கூட்டிப் போகலாமுன்னு தோணுச்சி. பாவம் தெனமுந்தான் ஸ்கூல் போறா. ஒரு வாரம் ஊருல வந்து இருக்கட்டுமே. பக்கத்து வீட்டு புள்ளங்ககூட விளையாடிட்டு வரட்டும்.

“அப்ப நான் மட்டும் தனியா இருக்கணுமா?”

“நீயும் வேணுன்னாலும் லீவு போட்டுட்டு வாயேன்.”

“அதெல்லாம் முடியாது. எங்க ஸ்கூல்ல ஏற்கனவே ரெண்டு பேரு மருத்துவ விடுப்புல இருக்காங்க.”

“அப்பன்னா சனிக்கெழம வா. நாங்க இப்ப போறம்.”

“ஜெனி இப்படி இருக்காளே.”

“அவள நான் பாத்துக்கிர்றன்.”

“அவ வயிறு ரெண்டு நாளா ரொம்ப சிக்கலாருக்குங்க.”

“நான் பாத்துக்கிர்றன்.”

“ஒங்கக்கிட்ட கூச்சப்படுவாங்க.”

“அத விடு. எங்கம்மா இருக்காங்கல்ல. அவங்க பாத்துப்பாங்க. இப்ப அவள யாங்கூட கிளப்பி விடு.”

“போற வழியில் நெல்லை விநாயகர் ஸ்வீட் ஸ்டால்ல கொஞ்சம் தின்பண்டம் வாங்கிட்டுப் போங்க.”

“ஊருல இல்லாத தின்பண்டமா?”

“ஒரு வாரம் ஒண்ணுமில்லாட்டி ஏங்கிப் போயிடுவாங்க.”

“எனக்குத் தெரியாதா. கொல்லய சுத்தி சோளம் வெளஞ்சி நிக்கிற களத்து மேட்டுல ஒருபக்கம் பயத்தங்கா. இன்னொரு பக்கம் தொவி கேப்ப கருதும் கம்மங்கருதும் வாட்டிக்குடுப்பாங்க எங்கம்மா. அந்த வாசனையே அவளுக்கு ரொம்பப் பிடிக்கும்பா. நீ வேணுன்னா அவளக் கேட்டுப் பாரேன்.”

“ஆமாம்மா, அனிதா மேரியக்கா நிச்சயதார்த்தத்துக்குப் போன எனக்கு ஆயா வாட்டிக் கசக்கிக் குடுத்தாங்கம்மா. ஆனா என்னாலதான் நெறயா திங்க முடியல. அப்பா கூட்டிட்டு வந்துட்டார்.”

“சரி சரி, போதும் போ.”

அழைத்துக்கொண்டு போயேவிட்டான்.

ஒரு வாரத்திற்கு ஜெனிட்டாவோடு மல்லுக்கட்ட வேண்டியதில்லை என்று சற்று நிம்மதியாய் இருந்தபோதும் ஜெனிட்டாவைப் பற்றி கவலையாகவே இருந்தது. ‘கிராமத்தில் போய் தினமும் எப்படி வெளிக்குப் போவாளோ... யாரும் பார்க்காமல் இஷ்டப்படி முக்கிக்கொண்டு உட்கார்ந்திருக்க பாத்ரூம் வசதிகூட இல்லியே. இதுவரை ஒவ்வொன்றையும் மகளுக்குப் பார்த்துப் பார்த்து தன் கையாலேயே செய்து பழக்கப்பட்டுவிட்டாள் லில்லி. ஜெனிட்டா இல்லாதது வெறுமையாய் இருந்தது. ஊரில் வைத்தே அவளுக்கு இந்த பிள்ளையார் வைத்தியத்தை செய்துபார்த்துவிடுவது என்று திட்டமிட்டுக்கொண்டாள். சனிக்கிழமை எப்போது வரும் என்று காத்திருந்தாள்.

சனிக்கிழமை விடிந்ததும் விடியாததுமாக கிளம்பிவிட்டாள். ஊருக்கு வரும் முதல் பேருந்தில் வந்திறங்கிய லில்லியை சேவியர் எதிர்கொண்டு அழைத்துப்போனான். வீட்டிற்குப் போவதற்குள் ஜெனிட்டாவைப் பற்றி ஆயிரம் விசாரிப்புகள்.

அம்மா வரும் என்று ஜெனிட்டாவுக்கும் தெரியும். இருந்தபோதும் எப்போது வருவாள் என்று அதைப் பற்றி அவள் பெரிதாய் கண்டு கொள்ளவில்லை. லில்லி வீட்டிற்குச் சென்ற நேரத்தில் அவள் வீட்டிலும் இல்லை.

“ஜெனி எங்க அவளக் கூப்பிடுங்க.”

“நீ காப்பி குடிச்சிட்டு வா. நம்ம களத்து மேட்டுக்குப் போவம். ஜெனி அங்கதான் போயிருப்பா.”

இருவரும் களத்துமேட்டிற்குப் போனார்கள். லில்லி தன் முந்தானை மறைப்பிற்குள் பிள்ளையாரை எடுத்து வைத்துக்கொண்டு வந்திருந்தாள்.

நெல் பட்டறைகளைக் காட்டி “இந்த வருசம் நல்ல விளைச்சல்” என்றான் சேவியர்.

“அதிருக்கட்டும் ஜெனி எங்கங்க?”

பழைய புதர்மண்டிய திட்டை நோக்கி கையைக் காட்டினான். புதர்களின் மறைவில் பிள்ளைகள் ஒருவருக்கொருவர் ஊசியா? உலக்கையா? நூலா? கேட்டுக்கொண்டு தூரமாகவும் பக்கம் பக்கமாகவும் பாவாடையை மழித்துக்கொண்டு உட்கார்ந்திருந்தார்கள். முந்தைய இரவில் அவர்களின் பாட்டி சொன்ன ஆறு மரக்கா பல்லுக்காரன் பிடித்துச் சென்று அடைத்துவைத்துள்ள பிள்ளைகளைப் பற்றி பேசிக்கொண்டிருந்தார்கள். அவர்கள் எப்படியெல்லாம் அந்த பல்லுக்காரனிடமிருந்து தப்பித்து வரலாம் என்று தீவிரமாய் யோசித்து ஆளுக்கு ஒரு யோசனையாய் சொல்லிக்கொண்டிருந்தார்கள்.

லில்லி தன் மகள் ஜெனிட்டாவின் குரல் வரும் திசையில் பின்பக்கமாய்ச் சென்று அவர்கள் யாரும் அறியாதவாறு மறைந்து நின்றுகொண்டாள். குனிந்து ஜெனிட்டா உட்கார்ந்திருக்கும் இடத்தை உற்றுப் பார்த்தாள்.

ரெத்தம் சிந்தாமல் வலி வேதனை எதுவுமில்லாமல் அதுபற்றிய உணர்வுகூட இல்லாமல் வெகு அனாயசமாக புதர் மறைவில் ஜெனிட்டா உருவாக்கியிருந்தாள். பொன்னிறத்தில் மின்னும் அதை. அது தன் முந்தானைக்குள் மறைத்து எடுத்து வந்திருக்கும் பிள்ளையாரைப் போன்று உருவத்தில் அப்படியே ஒத்திருந்தது. இதழ்க்கடையில் சிறு புன்னகை நெளிய இது இனிமேல் தேவையில்லை என்று நினைத்தவள் கையிலிருந்ததை நழுவவிட்டாள். கணவன் நிற்குமிடம் நோக்கி நடந்தாள். தூரத்தில் மாதாகோவில் மணி ஒலித்துக்கொண்டிருந்தது.

தவம்

"எட்டி சுந்தரி, நீ கடலபோட்டுக்கிட்டு இஞ்சயா நிக்கிற? அப்பன்னா ஒனக்கு சேதி தெரியாதா?" என்றாள் அவ்வழியே போய்க்கொண்டிருந்த பெண்ணொருத்தி.

"எனக்கொண்ணும் தெரியாதே பெரியம்மா" என்றாள் சுந்தரி. அவள் கவனம் முழுவதும் கொழுக்கோட்டில் இடைவெளிமாறாமல் கடலை விதையைப் போடுவதிலேயே இருந்தது. காக்கைகள் வேறு கூட்டமாய் வயலைச் சூழ்ந்துகொண்டு அங்கும் இங்குமாய் பறந்தபடி இருந்தன. நிலத்தில் போட்ட விதைக் கடலைகளைப் பின்னால் வரும் ஏர் மண்மூடி மறைப்பதற்குள்ளாக பொறுக்கிக்கொண்டு பறப்பதோடு அல்லாமல் கைக்கூடையில் போடுவதற்காக வைத்துள்ள கடலைகளையும் அவை அவ்வப்போது தட்டிப் பறிப்பது போல வாய்கொள்ளாமல் அள்ளிக்கொண்டு பறந்துவிடுகின்றன. இதனால் அதிகப்படியான கவனத்தோடு நின்றவள் தன் பார்வையைத் திருப்பாமலேயே கேட்டாள்.

"என்ன சேதி பெரியம்மா?"

"அந்த மாயவரத்துக் கெழவி பேச்சிமூச்சி இல்லாம வுழுந்து கெடக்குன்னு சொல்லிக்கிட்டுல்ல காடுவெட்டி சனங்கெல்லாம் ஓடுனாவோ."

அவள் முழுதாய் சொல்லி முடிப்பதற்குள்ளாக கையிலிருந்த கொட்டுக்கூடையை வீசிவிட்டு ஓட்டமெடுத்திருந்தாள் சுந்தரி.

கூடையிலிருந்த விதைக் கடலை அனைத்தும் சிதறி கொல்லையெங்கும் பரவிக்கிடந்தன. காக்கைகளுக்கு கொண்டாட்டமாய்ப் போய்விட்டது. அவை கரைந்தபடியே வந்து வாய்கொண்ட மட்டும் அள்ளிக்கொண்டு பறந்தன. "அய்யோ... அய்யோ யாம்வூட்டு கடலெயெல்லாம் போச்சே" என்று இரு கைகளாலும் காக்கைகளை விரட்டிய சுந்தரியின் அம்மா அப்படியே தரையில் விழுந்து கொட்டிக் கிடந்த விதைகளை மண்ணோடு கூட்டி மூட்டாக்கினாள். சிவப்பு தெரியாதபடிக்கு மண்ணைப்போட்டு மூடினாள்.

"இந்தப் பாழும் முண்டய இதுக்குத்தான் நான் கூட்டியார வேண்டாமுன்னு சொன்னது. தண்ணிதெளிச்சி விட்ட மாதிரி கெழவி

வீடே கெதின்னு கெடக்குறா. ஒரு நாளு வேலதான ஒத்தாசைக்கு வந்துட்டுப்போன்னு கூட்டியாந்தியளே. இப்ப பாத்தியிளா? கடலபோடுற வேலயயும் கெடுத்து கடன்பட்டு வாங்குன வெள்ளாம பண்டத்தயுமில்ல வீணாக்கிட்டு போயிட்டா நாதியத்த முண்ட.''

தன் அம்மா ஏசும் ஏச்சுக்கள் எதுவும் சுந்தரியின் காதில் விழவில்லை. காதில் விழும் தூரத்திலும் அவள் நின்றுகொண்டிருக்கவில்லை. அவள் ஓடிக்கொண்டிருந்தாள். காடுவெட்டியில் இருக்கும் மாயவரத்துக் கிழவியின் வீட்டை நோக்கி அவள் ஓடிக்கொண்டிருந்தாள்.

என்ன ஆயிருக்கும் ஆத்தாவுக்கு? விடியற்காலம் வழக்கம்போல நன்றாகத்தானே எழுந்தது. நான் போட்டுக் கொடுத்த வரக்காப்பியில் ரஸ்க்ரொட்டியை நனைத்துத் தின்றதே. அதற்குப் பிறகு என்ன ஆகியிருக்கும். இந்த நேரம் பார்த்து நாம் கிட்டத்தில் இல்லாமல் போய்விட்டோமோ. என் அம்மாவை மட்டும் தனியாக விட்டுவிட்டு எங்கே போனாய் என்று பூங்கொடி அக்கா கேட்டால் அவர்களுக்கு என்ன பதில் சொல்வது. பதில் சொல்வதை விடவும் ஆத்தாவுக்கு ஏதாவது ஆகியிருந்தால் நாம்தான் என்ன செய்வது. நம்மால் மட்டும் தாங்கிக்கொள்ள முடியுமா? ஆத்தாவுக்கு துணையாய் ஆத்தாவோடு வசிக்க ஆரம்பித்த இந்த பத்தாண்டுகளில் ஆத்தா என்ற அளவுக்கு அன்போடு நம்மிடம் பழகியது. மாதத்திற்கு ஒருமுறையென எப்போதாவது வந்துபோகும் பூங்கொடி அக்காவை விடவும் நாம்தானே ஆத்தாவுக்கு கூடவே இருந்து கவனித்துக்கொண்டோம். மகளிடம்கூட சொல்லாத விசயங்களை எல்லாம் ஆத்தா என்னிடம் மட்டுத்தானே சொல்லியிருக்கிறது. என்னால் மட்டும் எப்படி தாங்கிக்கொள்ள முடியும்? கடவுளே தூண்டிக்காரய்யா! ஆத்தாவுக்கு ஒண்ணும் ஆயிடக்கூடாது. ஆத்தா நல்லாருக்கணும். வர்ற வெள்ளிக்கெழம நானும் ஆத்தாவும் வந்து ஒனக்கு சில்லுதேங்கா ஒடச்சிட்டு வாறம். மனம் பதைபதைக்க எதையெதையோ யோசித்தபடி ஓடினாள். காலை ஆகாரத்திற்காக தேங்காய்ப் பூவும் கருப்பட்டியும் போட்டு பிசைந்து தட்டி வைத்துவிட்டு வந்த கேழ்வரகு அடை ஏத்துக்கொள்ளாமல் போயிருக்குமா? இதுவரையில் ஆத்தாவுக்கு சீரணக்கோளாறோ செரிமானப் பிரச்சினையோ வந்ததே இல்லையே. தோப்புக்குள் கிடக்கும் பல கீரையையும் போட்டு கடைந்து கொடுத்தால் சோத்தை ஒதுக்கிவிட்டு வெறும் கீரையாகத் திங்குமே. நமக்கே செரிக்காத கீரையெல்லாம் ஆத்தாவுக்கு ஒத்துக்கொண்டிருக்கிறதே. அப்படியிருக்க கேழ்வரகு அடையா ஒத்துக்கொள்ளாமல் போயிருக்கும். மாயவரத்துக்கிழவியின் மகள்

பூங்கொடி தன் அம்மாவுக்கென்று ஐம்பதுகுழி தோப்பு வாங்கிக்கொடுத்து அதில் வீடும் கட்டிக்கொடுத்திருக்கிறாள். பதினைந்து இருபது தென்னை மரங்களோடு உள்ள தோப்பு என்பதால் தேங்காய், தென்னமட்டை, பாளை என மரத்திலிருந்து கிடைக்கும் வருமானமே கிழவிக்குப் போதுமானது என்றபோதும் மாதாமாதம் பூங்கொடி தன் அம்மாவை வந்து பார்த்துவிட்டு தேவையானவைகளை வாங்கிக் கொடுத்துவிட்டுப் போவாள். தன் அம்மாவுக்கு துணையாய் இருக்கும் சுந்தரிக்கும் துணிமணி, காதுக்குத் தோடு, மூக்குத்தி என்று எல்லாவற்றையுமே பூங்கொடிதான் செய்துகொண்டிருக்கிறாள். அம்மாவுக்குப் பிறகு இந்த தோப்புகூட உனக்குத்தான் சுந்தரி. என் அம்மாவை நீதான் பத்திரமாகப் பார்த்துக்கொள்ள வேண்டும் என்று ஊருக்குத் திரும்பும் ஒவ்வொரு முறையும் கண்கள் கலங்க சொல்லிவிட்டுப் போவாள்.

பூங்கொடி பெரிய பள்ளிக்கூடத்தில் ஆசிரியராக வேலை பார்க்கிறாள். அவளது கணவனுக்கும் அரசாங்க வேலைதான். காசு பணத்துக்கு ஒன்றும் குறைவில்லை. அம்மாவை தன்னுடன் கொண்டுபோய் வைத்துக்கொள்ள முடியவில்லையே என்ற ஒரே குறைதான் அவளுக்கு.

அவளும் என்னதான் செய்வாள். எத்தனையோ முறை கெஞ்சியும் அழுதும்கூட கூப்பிட்டுப் பார்த்துவிட்டாள். கிழவி ஒத்துக்கொண்டு போனால்தானே. ரேவதி கிழவி இந்த ஊருக்கு வந்து முப்பத்தைந்து வருடங்களாவது ஆகியிருக்கும். வந்ததற்குப் பிறகு இந்த ஊரின் எல்லையை விட்டுக்கூட அவள் தாண்டியதில்லை. இந்த ஊர், கிழவி பிறந்த ஊர்தான். மாயவரத்துக்கிழவி என்பது ஏற்பட்ட பெயர்தானே தவிர அவள் பிறந்தது வளர்ந்தது எல்லாம் இதே ஊரில்தான். இந்த ஊரை அவளுக்கு ரொம்பவே பிடிக்கும். ஊரிலுள்ள ஒவ்வொரு இடமும் குளம் குட்டையும் மேடு பள்ளங்களும் மரம் மட்டைகளும்கூட அவளுக்கு மிக நெருங்கிய கூட்டாளிகளைப்போல தோன்றும். தன் தாய் தகப்பன் மீது கொண்ட பாசத்தைப்போன்றே பிறந்த ஊரின்மீதும் மிகுந்த பற்று கொண்டவளாய் இருந்தாள். தாய் தகப்பன் மீதான அன்புகூட நாளாவட்டத்தில் குறைந்துகொண்டே போவதுபோலத் தோன்றியது. ஆனால் ஊரின் மீதான பற்றுதல் ஒரு போதும் அவள் மனதைவிட்டு அகலாமலே இருந்தது.

ரேவதி கிழவி சிறுவயதுப் பெண்ணாயிருந்தபோது அவர்கள் வீட்டில் ஆடுமாடுகள் நிறையவே இருந்தன. பள்ளிக்கூடம் போவதெல்லாம் ஏதோ கடமைக்காக என்பதுபோலத்தான் தோன்றும்

ரேவதிக்கு. வாரத்துக்கு ஒரு நாளோ இரண்டு நாட்களோ. தலையைக் காட்டுவதே பெரிய விஷயம். ஆட்டுக்குட்டிகளுக்கு தழை ஒடித்துவந்து கட்டுவது, கன்றுகளின் இளம் நாக்குக்கு இதமான கானா இலை, சீலைப்புல் போன்ற மெல்லிய புல் வகைகளை தேடிக்கண்டுபிடித்து அறித்துவந்து போடுவது. மாடுகளை ஓரம் ஒண்டுகளில் விட்டு வயிறுமுட்ட மேய வைப்பது. அவைகளை தாமரையும் அல்லியும் பூத்துக்கிடக்கும் குளங்களுக்கு ஓட்டிச்சென்று குளிப்பாட்டுவது. அவைகளோடு தண்ணீருக்குள் நீச்சலடித்து விளையாடுவது, இன்னும் ஆழமான பகுதிகளில் காய்த்துக் கிடக்கும் தாமரைக் காய்களைப் பறிக்க அவைகளின் முதுகிலேறி நீர்சவாரி செய்வது என கும்மாளமும் கொண்டாட்டமுமாய் அவளுடைய சிறுவயது பொழுதுகளை எல்லாம் கழித்தது இந்த ஊரில்தான்.

இவை எல்லாவற்றையும் மறந்துவிட்டுத்தான் பழனிச்சாமியோடு ரேவதி போனாள். அப்போது ரேவதிக்கு உலகம் புரியாத வயது. கல்லறுக்கப் போன இடத்தில் ஏற்பட்ட பழக்கம். உள்ளூரிலேயே இருந்திருந்தால் ரேவதியின் வாழ்க்கை இப்படி திசைமாறி போயிருக்காது.

மழை வெள்ளத்துக்கும் கோடைவெயிலுக்கும் தொடர்ச்சியாக விவசாயத்தைப் பலிகொடுத்துவிட்டு ஊர் பஞ்சாயத்துக்கு ஆட்பட்டிருந்த நேரம், பஞ்சம் பிழைக்க கிடைத்த தொழிற்கருவிகளை கையில் பிடித்துக்கொண்டு குடும்பம் குடும்பமாய் சனங்கள் வெளியேறிக் கொண்டிருந்தபோது, ரேவதியின் அப்பா அம்மாவும் குடும்பத்தோடு கல்லறுக்கும் கட்டைகளை கையில் எடுத்துக்கொண்டு கிளம்பி யிருந்தார்கள். ரேவதியின் அண்ணன்கள் இருவரும் கேரளாவுக்குப் போய்விட, இவர்கள் மூன்று பேர் மட்டும் மாயவரம் பக்கம் செங்கல் சூளையொன்றில் வேலைக்குச் சேர்ந்தார்கள். தனியாகத் தங்கிக்கொள்ள கொட்டகை போட்டுக் கொடுத்து தனிவேலையாய்ச் செய்யவும் வழிசெய்து கொடுத்திருந்தார் முதலாளி. மண்ணும் தண்ணீரும் கிடைக்கும்படியான குளக்கரை அது.

இரவு பகல் பார்க்காமல் மண் குழைத்து, பதமாக்கி, கல்லறுத்து, காயவைத்து எண்ணி வண்டியில் ஏற்றிவிடுவது வரை எல்லா வேலைகளையும் ரேவதியின் குடும்பமே செய்து வந்தது. நூத்துக்கு இத்தனை ரூபாயென கூலித்தொகையை முன்பே பேசி முடித்திருந்தார்கள். கல் சுடும் சூளை வேறொரு இடத்தில் இருந்தது. காய்ந்த கற்களை சூலைக்கு ஏற்றிச் செல்வதற்காக மாட்டுவண்டி ஓட்டிக்கொண்டு வந்தவன் தான் பழனிச்சாமி. ஆரம்பத்தில் அவனைப்பற்றி பெரிதாய் யாருக்கும்

எதுவும் தோன்றவில்லை. நம் வேலையை நாம் செய்வதுபோல அவன் வேலையை அவன் செய்கிறான் என்ற விதமாகத்தான் எண்ணினார்கள். ரேவதிக்குக்கூட அவனைப் பார்த்தபோது மனதில் எதுவும் தோன்றவில்லை. வண்டியில் ரேவதியின் அப்பாதான் கல் ஏற்றிவிடுவார். ரேவதி வண்டி நிற்கும் பக்கம்கூட திரும்பிப் பார்க்கமாட்டாள். ஆனால் எல்லா நாட்களும் இப்படியே கழிந்துவிடவில்லை.

வழக்கம்போல அன்றும் காலையில் வந்து கல் ஏற்றிக்கொண்டு போனான் பழனிச்சாமி. கல்பாரம் தாங்காமலோ அல்லது ஏற்கனவே பழுதுபட்டு போயிருந்ததாலோ என்னவோ நடுவழியில் வண்டியின் அச்சாணி முறிந்துபோய்விட்டது. பாரம் ஏற்றிய வண்டியை அவனால் ஓரம் கட்டக்கூட முடியவில்லை. அது முக்கியமான ரோடோ, வண்டிகள் வந்துபோகும் மண் சாலையோ இல்லை. தனி வழியாய்த் தடம் ஏற்பட்டிருந்த வண்டிச் சோட்டு பாதை என்பதால் வண்டியை அப்படியே நிறுத்திவிட்டு மாடுகளை அவிழ்த்து தந்திமரமொன்றில் கட்டினான் பழனிச்சாமி. அடுத்த ஊரில் இருந்தது கொல்லன் பட்டறை. கொல்லனை பக்கத்தில் வைத்துக்கொண்டுதான் வண்டியில் கைவைக்க வேண்டும் என்று நினைத்தவன் கொல்லனை அழைத்துவரக் கிளம்பிவிட்டான். கால்நடையாகத்தான் போய் வரவேண்டும் என்றபோதும் இவ்வளவு நேரம் ஆகிவிடும் என்று அவன் கொஞ்சமும் நினைத்துப் பார்க்கவில்லை. இவன் போன நேரத்தில் கொல்லனும் பட்டறையில் இருந்திருந்தாலாவது தாமதம் ஆகியிருக்காது.

சூரியன் உச்சிக்கு வந்துவிட்டது. காலையிலிருந்து தீனியும் தண்ணீருமில்லாத மாடுகள் இரண்டும் வெயிலுக்கு இரைப்பு வாங்கிக்கொண்டு நின்றன.

வெயில் தாங்காமல் வாயில் நுரைதள்ள நாக்கு வாங்கிப்போய் நின்றன.

அடுப்புக்கு குச்சி பொறுக்கிக்கொண்டு அவ்வழியாய் வந்த ரேவதி வண்டியையும் மாடுகளையும் பார்த்துவிட்டாள். மாடுகளைப் பார்க்கப் பரிதாபமாக இருந்தது. பார்த்துவிட்டு அவளால் தன்வழியே போகமுடியவில்லை. தலைச்சுமையை கீழே போட்டாள். மாடுகளை அவிழ்க்கப்போனாள். மாடுகள் கொம்பு தீய்க்காத முரட்டு மாடுகள் இரண்டும் வாட்டமான நீண்ட கொம்புகளைக் கொண்டவையாக இருந்தன. அவை பழனிச்சாமிக்கு மட்டுமே கட்டுப்படுபவை. ஒருமுறை கல் ஏற்றிக்கொண்டிருந்த இடத்தில் ரேவதியின் அப்பாவையே முட்டிவிட்டதாக அவர் சொன்னது நினைவுக்கு வந்தது. ‘முட்டுற மாட்ட

எப்புடி அவுக்குற?' என ஒரு கணம் தயங்கி நின்றாள். மாடுகளின் பரிதாபமான நிலையைப் பார்த்து சகித்துக்கொள்ள முடியாதவளானாள். வருவது வரட்டும் என்ற துணிவோடு ஒரு குச்சியை மட்டும் கையில் எடுத்துக்கொண்டு கிட்டே போனாள். மாடுகளை அவிழ்த்தாள். அவைகள் இருந்த நிலையில் அவளை விரட்டும் விதமாக தலையைக்கூட சிலுப்பவில்லை. அவள் கயிற்றை அவிழ்த்து கையில் பிடிக்கவும் பதவிசாய் அவளோடு நடக்க ஆரம்பித்தன இரண்டும். சற்றுத் தூரத்தில் இருந்த குட்டையில் தண்ணீர் காட்டி சூடேறிப் போயிருந்த அவைகளின் முரட்டுத்தோளிலும், முதுகிலும் தண்ணீரை அள்ளியடித்து குளிப்பாட்டிவிட்டாள். மாடுகள் நன்றிப்பெருக்கோடு தலையாட்டியபடி அவளுக்கு பணிந்து நின்றன.

அதற்குப் பிறகுதான் பழனிச்சாமி கொல்லனோடு அங்கு வந்து சேர்ந்திருந்தான். அவனுக்கும் மாடுகளை நினைத்து மனது பதைத்துக் கொண்டேதான் இருந்தது. மாடுகள் இரண்டும் கட்டியிருந்த தந்திமரம் வெறுமையாய் இருந்ததைப் பார்த்து திடுக்கிட்டான்.

மற்றவர்கள் யாரையும் அருகில்கூட நெருங்கவிடாத மாடுகளாயிற்றே. யார் துணிந்து அவிழ்த்திருப்பார்கள் என்ற யோசனையுடன் சுற்றுமுற்றும் தேடிப் பார்த்தான். மாடுகளைத் தண்ணீர் காட்டி ரேவதி ஓட்டி வருவதைப் பார்த்து ஆச்சரியப்பட்டான். தன்னிடம் பணிந்து நடப்பதுபோலவே மாடுகள் இரண்டும் ரேவதியின் பிடியிலும் பதவிசாய் நடந்து வருவதைப் பார்த்து வியந்தான்.

அவளது கைகளிலிருந்து கயிறுகளை வாங்கியவன் "போன எடத்துல தாமசம் ஆயிட்டுது. மாடுங்க என்னாயிருக்குமோன்னு பயந்துக்கிட்டே வந்தன். நீ புண்ணியத்த கட்டிக்கிட்ட. நல்லாருப்ப" என்றான்.

"பச்ச மரத்தப் பாத்து கட்டிட்டுப் போயிருந்தா மாடுங்க நெழலுலயாவது நின்னுருக்குமில்ல."

"வண்டி அச்சி முறிஞ்சதுல ஒண்ணும் யோசிக்க முடியல. ஒடனே வந்துருவமேன்னுதான் போனேன்."

"வாயில்லா சீவன். நாக்கு வாங்கி நொறதள்ளிப்போயி நிக்கிது. பாத்துட்டு எப்புடிப் போறது. அதான்."

"அது சரி; அவுக்குறப்பகூட மாடு முட்டலயா?" என்றான் சிரித்தபடியே.

“அவுக்குறப்பவும் முட்டல. குளிப்பாட்டக் குள்ளவும் முட்டல.”

“ஆச்சிரியமாத்தான் இருக்கு. என்னத் தவர எங்கப்பாவக்கூட நெருங்க விடாதுங்க.”

“வாயில்லா சீவன்களுக்கு நல்லாவே தெரியும். யாரு நல்லவங்க யாரு கெட்டவங்கங்குறது.”

இப்படி ஆரம்பித்த பழக்கம்தான் மூன்றே மாதத்தில் முற்றிக் கனிந்து நீயில்லாமல் என்னால் இருக்க முடியாது, நானில்லாமல் உன்னாலும் வாழ முடியாது என்ற அளவுக்குப் போயிருந்தது.

ரேவதியின் அம்மா அப்பாவால் இதை ஏற்றுக்கொள்ள முடியவில்லை. பழனிச்சாமியின் அப்பா அம்மாவுக்கு துளியும் சம்மதமில்லை. இன்னும் வசதியான இடத்தில் சொந்தத்தில் சொத்தோடு பெண்கட்ட வேண்டுமென்ற எண்ணத்தோடு இருந்தவர்கள் அவர்கள்.

யாருடைய சம்மதமும் கிடைக்காது எனத் தெரிந்த பிறகு யாருக்காகவும் காத்திருக்கவில்லை அவன். ரேவதியுமேகூட தான் எடுத்த முடிவில் உறுதியாய் இருந்தாள். ஒரு நல்ல நாளன்று வைத்தீஸ்வரன் கோவிலுக்கு அழைத்துச் சென்றவன், காசுபணம் செலவில்லாமல் ரேவதியின் கழுத்தில் தாலியைக்கட்டி அழைத்துவந்தான்.

பஞ்சம் பொழைக்கப் போன எடத்துல பொண்ண பறிகொடுத்துட்டம் என்று அழுது புலம்பிக்கொண்டே ஊர்போய் சேர்ந்துவிட்டார்கள் ரேவதியின் அம்மாவும் அப்பாவும். செய்தியறிந்த அவளின் அண்ணன்கள் இருவரும் மானம்போன பிறகு இந்த ஊரில் தோளை நிமிர்ந்து நடக்க முடியாதென்று சொல்லி எல்லோருக்கும் செய்தி தெரியவருவதற்குள் ஊரைவிட்டே போய்விட வேண்டுமென்று முடிவு செய்தனர். தங்களுக்கென்று இருந்த கட்டுமனையையும் ரெண்டுமா நிலத்தையும் வந்த விலைக்கு விற்றுவிட்டு பேராவூரணி பக்கம் போய்விட்டார்கள்.

பழனிச்சாமி வீட்டிலும், அடுத்தடுத்து கல்யாணத்துக்கு பிள்ளைகள் இருக்கிறார்கள். உன்னை ஏற்றுக்கொண்டால் அவர்களது வாழ்க்கை பாதிக்கும்' எனச் சொல்லி வீட்டுக்குள் விடவில்லை. பழனிச்சாமி மனம் சோர்ந்து போகவில்லை.

மாயவரம் டவுனை ஒட்டி குறைவான வாடகைக்கு ஒரு வீடு பிடித்துக்கொண்டு இருவரும் வாழத் தொடங்கினார்கள். ‘யார் என்ன சொன்னால் என்ன, உனக்கு நான் இருக்கிறேன்’ என்று நம்பிக்கையூட்டிக் கொண்டிருந்தாள் ரேவதி.

ரேவதியின் பேச்சைக்கேட்டு இருவரும் சேர்ந்து பாடுபட்டதற்குப் பலனில்லாமல் போகவில்லை. சிறுகச் சிறுக பணம் காசும் சேர்ந்தது. ஒரு பெண் குழந்தையும் பிறந்தது. எத்தனை நாட்களுக்கு வாடகை வீட்டில் குடியிருப்பது? சொந்தமாய் கட்டுமனை ஒன்று வாங்கினால் என்ன என்றாள் ரேவதி. டவுனை விட்டு ஒதுக்குப்புறமாய் இருந்த பகுதியில் கட்டுபடியாகக்கூடிய விலையில் கிடைத்த மனை ஒன்றை வாங்கிப்போட்டான். உடனடியாக அதில் கூரைக் கொட்டகை ஒன்றை கட்டிக்கொண்டு வந்துவிட்டார்கள். மகளை பள்ளிக்கூடத்திற்கு அனுப்பினார்கள். வீட்டின் முன்பகுதியில் மளிகைக்கடை வைத்துத் தரச்சொன்னாள் ரேவதி.

தொட்டதெல்லாம் துலங்கும்படியான நல்ல உள்ளம் கொண்டவள் ரேவதி. மளிகைக் கடையில் கணிசமான லாபம் கிடைத்தது. படிப்படியாக வியாபாரம் பெருகியது.

நிலையானதொரு வீடு கட்டுமளவிற்கு காசுபணம் கையில் சேர்ந்திருந்தது. பெரியதொரு வீட்டைக் கட்டினார்கள். முன்பகுதியை மளிகைக் கடையாகவும் பின்பகுதியை வீடாகவும் அமைத்துக் கொண்டார்கள்.

மகள் பூங்கொடி பெரிய பள்ளிக்கூடம் போக ஆரம்பித்திருந்தாள். கடைச்சத்தம் மற்றும் வியாபாரச் சத்தம் மகளின் படிப்பிற்கு இடையூறாய் இருக்கக்கூடாதென்று நினைத்த ரேவதி மேல்தளத்தில் சகல வசதிகளோடும் குடியிருப்பதுபோல ஒரு வீட்டைக் கட்டச் சொன்னாள். படித்து முடிக்கும்வரை மகள் பூங்கொடி வசதியாய் புழங்கிக்கொள்ளட்டும், படித்து முடித்தாலும் அவளுக்கு கல்யாணம் செய்து வைத்து மேல் வீட்டில் குடிவைத்துவிட வேண்டும் என்பது அவளுடைய திட்டமாக இருந்தது. அதேபோல கட்டி முடித்தார்கள். அதுவரை ஒதுங்கியிருந்த உறவினர்கள் எல்லாம் விழிவிரியப் பார்த்தார்கள்.

நம்மை மீறிப்போய் சாதி பார்க்காமல் வசதிவாய்ப்பைப் பார்க்காமல் கல்யாணம் செய்துகொண்டாலும் நம் மகன் வீணாகப் போய்விடவில்லை என மனம் மகிழ்ந்தார்கள் பழனிச்சாமியின் பெற்றோர். குடும்பச் சொத்தில் அவனுக்கு சேரவேண்டிய பங்கையும் பிரித்துக் கொடுத்தார்கள். தின்னு தேளச்ச கொரங்கால சும்மாருக்க முடியாதாம். சூலைக்குள் வாலவுட்டு சூடு எப்புடிருக்குன்னு பாக்குமாம். வாலு பெசுங்குன பெறவுதான் அய்யோ எரியுதே... அய்யோ எரியுதேன்னு ஆர்ப்பாட்டம் பண்ணுமாம். குரங்கின் புத்திக்கும் மனிதனின் புத்திக்கும் அதிக வித்தியாசம் இருப்பதில்லை.

பழனிச்சாமிக்கு எல்லாம் கிடைத்திருந்தது பிரச்சனை ஒன்று மட்டும்தான் இல்லாதிருந்தது. அதை அவன் மிகப் பிரயாசைப்பட்டு தேடிக்கொண்டான்.

தனக்கு துணையாக வாய்த்திருப்பவள் படிப்பறிவு இல்லாத ஏழைப்பெண். அவளுக்கென்று கேட்க எடுக்க யாருமில்லை. எது செய்தாலும் ஏனென்று கேள்வி கேட்க எந்த சொந்தபந்தமும் இல்லை என்ற எண்ணம் அவனுக்கு மிகுந்த துணிச்சலைக் கொடுத்திருந்தது.

தன்னுடைய அண்ணன் தம்பிகளைப்போல தானும் அம்மா அப்பா சொல்வதைக் கேட்டு சாதியில், உறவில் பெண்கட்டியிருக்கலாமே என்ற யோசனை பதினெட்டு வருடங்களுக்குப் பிறகு ஏற்பட்டிருந்தது. ரேவதியின் அயராத உழைப்பும் குடும்பத்தின் மீது அவள் காட்டும் அக்கறையும் அவனின் சிந்தனை ஓட்டத்தையும் அவ்வப்போது சிதைத்துக்கொண்டேதான் வந்தது.

என்னதான் வெளிமதிப்பிற்காகவும் கௌரவத்திற்காகவும் கிட்டிய வாழ்க்கையில் இயல்பாய் வாழ்வதுபோல காட்டிக்கொண்டாலும் ஆழ்மனத்தின் குரூரங்கள், ஆசைகள் ஒரு கட்டத்தில் அவனையும் ஆட்டிப் படைக்கவே செய்திருக்க வேண்டும்.

மகள் பூங்கொடி பனிரெண்டாம் வகுப்பு முடித்துவிட்டாள். அவளை ஆடுதுறையில் ஆசிரியர் பயிற்சியில் சேர்த்துவிட்டார்கள். விடுதியில் தங்கி படிக்கத் தொடங்கினாள். வீட்டில் ரேவதியும் பழனிச்சாமியும் மட்டும்தான். இல்லற வாழ்வின், தாம்பத்ய வாழ்வின் மிக உன்னதமான காலம் வயோதிகக் காலம். ஒருவருக்கு ஒருவர் உறுதுணையாய் ஊன்று கோலாய் நம்பிக்கையாய் அன்பின் பிணைப்பால் வாழவேண்டிய அருமையான காலம். அது தமக்கு இப்போதே துவங்கிவிட்டதைப்போல உணர்ந்தாள் ரேவதி.

ஆனால் பழனிச்சாமியோ, அவர்கள் வீட்டின் எதிர்வீட்டுக்கு தன் பனிரெண்டு வயது மகனுடன் குடிவந்திருந்த விதவைப்பெண் ராணியின் வடிவில் மையல் கொண்டு அவளையே முழுநேரமும் நினைத்துக் கொண்டிருக்க ஆரம்பித்திருந்தான்.

முதலில் கடைப் பண்டத்திற்கு ஆசைப்பட்ட ராணி, நாளடைவில் கல்லாப்பெட்டியையே தன் கைக்குக் கொண்டு தரவேண்டும் என்று திட்டமிட்டாள். அவள் ஆட்டுவிக்கும் பொம்மைபோல ஆனான் பழனிச்சாமி.

வீட்டுக்குத் தேவையான தண்ணீரைப் பிடித்துக்கொள்வது முதற்கொண்டு பூசைக்குத் தேவையான பூக்களைப் பறிப்பது வரை எல்லாவற்றிற்கும் ரேவதியின் வீட்டையே பயன்படுத்திக்கொண்டாள் ராணி. ஆனால் ரேவதிக்கு கொஞ்சம்கூட சந்தேகம் ஏற்படவில்லை.

இத்தனை ஆண்டுகளுக்குப் பிறகு குறைவில்லாத இல்லற வாழ்வுக்கு என்ன ஆபத்து வந்துவிடப்போகிறது என்று சற்று அலட்சியமாய் இருந்துவிட்டாள் அவள். அதை அலட்சியம் என்றுகூட சொல்லிவிட முடியாது. பழனிச்சாமி மீது அவள் கொண்டிருந்த அளவுகடந்த அன்பும் நம்பிக்கையும் என்றுதான் சொல்ல வேண்டும்.

வண்டியோட்டச் செல்வதை நிறுத்திவிட்டு நாள் முழுவதும் கடையிலேயே உட்கார்ந்து கொண்டான் பழனிச்சாமி. சோர்வுதான் காரணமாக இருக்குமென்று நினைத்த ரேவதி "முடியாத வேலய செய்ய வேண்டாம். கடையாவாரத்த கவனிச்சாலே போதும்" என்று சொல்லி கல்லாவை அவனிடம் ஒப்படைத்துவிட்டு வீட்டு வேலைகளை கவனிக்க தலைப்பட்டாள்.

அப்படியும்கூட ரேவதி வீட்டிற்குள் இருப்பதை இடையூறாகக் கருதியவன், அவ்வப்போது அவளை கோயில் குளங்களுக்கும் மகளைப் பார்க்கவும் மாற்றி மாற்றி அனுப்பி வைத்துக்கொண்டே இருந்தான். சாமி கும்பிடுவதையே விரும்பாதவன்தான் பழனிச்சாமி இருந்தபோதும் ரேவதி அவன் மீது சந்தேகம் கொள்ளவில்லை. வயது ஆக ஆக கடவுள் நம்பிக்கையும் வருகிறதுபோல என்று புரிந்துகொண்டாள். கணவனின் அக்கறை மீது கர்வம் கொண்டவளாக அவன் கைகாட்டிய இடங்களுக்கெல்லாம் போய்விட்டு ஆற அமர திரும்பி வந்து கொண்டிருந்தாள்.

இதுவும் போதாதென்று ஒவ்வொரு நாளும் இரவாகிவிட்டால் போதும், காற்றுவாங்கப் போகிறேன் என்று சொல்லி மேல்வீட்டு வராண்டாவில் போய் படுத்துக்கொண்டான். ரேவதி விளக்கணைத்து கண்ணயர்ந்த பிறகு குடித்தனம் செய்ய மேல் வீட்டிற்கு வந்துவிடுவாள் ராணி. கட்டிய பெண்டாட்டியை வீட்டிற்குள் வைத்துப் பூட்டிவிட்டு மனம் ஒப்பி இப்படியொரு துரோகத்தை துணிந்து அரங்கேற்றிக் கொண்டிருந்தான் பழனிச்சாமி. இதையெல்லாம் ஒரு கட்டத்திற்குமேல் மறைத்துவைக்க விரும்பாத ராணி பழனிச்சாமியை நச்சரிக்கத் தொடங்கினாள். அவளது வசீகரப்பிடியில் மயங்கிக்கிடந்த அவனோ ஒரு மாட்டுப்பொங்கல் இரவில் சாமி படத்திற்கு முன்பாக வைத்து ராணியின் கழுத்தில் தாலியைக் கட்டிவிட்டான். தாலிகட்டிய

உரிமையில் மேல் வீட்டை தனது பெயருக்கு எழுதிக்கேட்கவே ரேவதிக்குத் தெரியாமல் அதையும் ராணியின் பெயருக்கே எழுதிவைத்தான்.

இந்த விஷயங்களெல்லாம் ஒரு சில மாதங்கள் கழித்த பிறகே ரேவதிக்குத் தெரியவந்தது. அவளது தலையில் வானமே இடிந்துவிழுந்தது போலிருந்தது. அவன் மீது எத்தனை அன்பு, எவ்வளவு பாசம் எப்படிப்பட்ட நம்பிக்கையை அவள் கொண்டிருந்தாள்! அவளது அன்பைவிட, பாசத்தைவிட, நம்பிக்கையைவிட வலிமையான சக்தி உலகத்தில் வேறெதுவும் இருக்கிறதா? எல்லாம் சுக்கு நூறாக உடைந்து சிதறிப்போனது. மனம் சிதைந்து வெம்பி நசிந்து கசிந்து கருகி எரிந்து சாம்பலாகிப் போனது. அவளது துன்பத்தைச் சொல்ல வார்த்தைகள் இல்லை.

கிளம்பிவிட்டாள்; கட்டியதுணியோடு தன் பிறந்த ஊரை நோக்கி கிளம்பிவிட்டாள். ஓடிவந்து தடுத்த பழனிச்சாமியின் முகத்தை நிமிர்ந்து பார்க்கப் பிடிக்கவில்லை அவளுக்கு.

“பழகப்பழகப் பாலும் புளிக்கும். நான் கசந்த மாதிரி ஒருநாள் அவளும் கசந்துபோவா அப்ப சொல்லியனுப்பு வாறன்” என்றதோடு பேச்சை முடித்துக்கொண்டாள். ரேவதி தன்னிடம் சவால் விட்டுவிட்டுப் போவதாய் நினைத்துக்கொண்டான் பழனிச்சாமி. இனிமேல் ரேவதி திரும்பி வரப்போவதில்லை. அப்படியே வந்தாலும் முன்புபோல அவளுடன் நெருடல்கள் இல்லாமல் வாழமுடியாது. எனவே, இவளிடமாவது நல்லபெயர் எடுத்துக்கொண்டு வாழவேண்டும் என்ற முடிவுக்கு வந்திருந்தான் பழனிச்சாமி. ‘குட்டிட்டு குடித்தாலும் கூத்தியா கையால குடிப்பது தேவாமிர்தம்தான்’ என்பதுபோல நடந்துகொண்டான் அவன்.

ஆசிரியர் பயிற்சி முடித்துவந்தாள் பூங்கொடி. வீட்டில் அம்மாவைக் காணாததையும் அடுப்படியில் எதிர்வீட்டு ராணி சமைத்துக்கொண்டிருப்பதையும் தனக்காக அம்மா கட்டித் தொங்கவிட்டிருந்த ஊஞ்சலில் ஒய்யாரமாய் ராணியின் மகன் ஆடிக்கொண்டிருந்ததையும் பார்த்து பூங்கொடியின் மனம் பதைத்தது. அம்மா எங்கே? வீடு ஏன் இப்படி மாறிப்போய்விட்டது என்ற அவளின் கேள்விகளுக்கு பதில் சொல்பவர் யாருமில்லை அங்கே.

மறுநாளே பூங்கொடிக்கு கல்யாணம் செய்துவிட வேண்டும் என்ற பேச்சை ஆரம்பித்தாள் ராணி. படிக்காமல் ஊதாரியாய் ஊர் மேய்ந்து கொண்டிருந்த தன் அண்ணன் மகன் ஒருவனை கொண்டுவந்து நிறுத்தி அவனுக்கே பூங்கொடியை கட்டிவைக்க வேண்டும் என்று வற்புறுத்தினாள்.

இதையெல்லாம் பார்த்து பயந்துபோன பூங்கொடி, மெதுவாய் அக்கம் பக்கத்து சனங்களை விசாரித்துக்கொண்டு ரேவதி இருக்குமிடத்திற்கே வந்து சேர்ந்திருந்தாள். அதுவரை சொந்தக்காரர் ஒருவரின் மாட்டுக் கொட்டகையில் வசித்துவந்த ரேவதி, படித்த மகளும் தன்னுடன் வந்துவிடவே வேறு வீட்டைத் தேடினாள்.

சொந்தக்காரர் ஒருவரிடம் அவரது தோப்பில் கொட்டகை போட்டுத் தரச்சொல்லி தோப்புக்குக் காவலாய் தங்கிக்கொண்டார்கள். மட்டை முடைவது, ஈர்க்கு கிழிப்பது, பாளை சீவிக்கிழிப்பது என்று கையில் கிடைத்த வேலைகளைச் செய்து காலத்தை ஓட்டத் துவங்கினாள்.

பூங்கொடி படித்திருந்ததால் அவளை கல்யாணம் செய்து கொடுக்கும் பொறுப்பு அவளை அதிகமாய் ஆழ்த்தவில்லை. ஆரம்பம் முதலே இவர்களின் குடும்பத்தை நன்கு தெரிந்துவைத்திருந்த இவர்களின் தெருவிலேயே இருக்கும் மாயவரத்துக்காரர் ஒருவர் தன்னுடைய மகனுக்கு பூங்கொடியை செலவில்லாமல் கல்யாணம் செய்துவைத்து அழைத்துக்கொண்டு போனார். மாப்பிள்ளையும் அரசாங்க வேலையில் இருந்தான். பூங்கொடிக்கும் அடுத்த ஓரிரு மாதங்களில் வேலை கிடைத்துவிடவே ரேவதிக்கு நிம்மதியாய் இருந்தது.

பூங்கொடி தன்னுடனேயே வந்து இருந்துவிடும்படி எவ்வளவோ வற்புறுத்திப் பார்த்துவிட்டாள். சம்மந்தி வீட்டாரும் கூப்பிட்டுப் பார்த்துவிட்டார்கள். "வேறு ஊராக இருந்தாலும் நான் வரலாம். வாழ்ந்து கெட்ட எடம் அது எனக்கு. அதே எடத்துல இன்னொரு வூட்டுல இருந்துக்கிட்டு நான் ஆச ஆசயா கட்டுன வீட்டயும், எம் புருசனையும் இன்னொருத்தி அனுபவிக்கிறது பாத்துக்கிட்டு என்னால இருக்கமுடியாது. நான் இஞ்சயே இருந்துக்கிறேன்" என்று பிடிவாதமாக மறுத்துவிட்டாள். அவளின் வாதத்தில் இருக்கும் ஞாயத்தை உணர்ந்தவளாக பூங்கொடியும் அவளை அதற்குமேல் வற்புறுத்தாமல் விட்டுவிட்டாள்.

வேலைக்குப் போன கையோடு சொசைட்டியில் கடன் வாங்கி தன் அம்மாவுக்கென்று இந்த ஐம்பதுகுழி தோப்பை வாங்கிக்கொடுத்து, அதில் சிறியதொரு கூரை வீட்டையும் கட்டிக் கொடுத்திருந்தாள். படிப்படியாய் தன் அம்மாவுக்குத் தேவையான எல்லாவற்றையுமே செய்துகொடுத்துக் கொண்டிருக்கிறாள். கடைசியாக வந்தபோது செல்போன் ஒன்றையும் வாங்கி வந்து கொடுத்திருந்தாள். அம்மாவுக்கு முடியவில்லை யென்றாலும் உடனே என்னிடம் பேசு என்று சுந்தரிக்கு செல்போனை பயன்படுத்துவது எப்படி என்று சொல்லிக் கொடுத்துவிட்டுப் போயிருந்தாள்.

ஆத்தாவுக்கு இதுவரைக்கும் ஒரு மாத்திரகூட நான் வாங்கிக் கொடுத்ததில்ல, ஒடம்பு சரியில்லன்னு ஊசிபோட்டதில்ல. இப்ப எந்த ஆஸ்பத்திரிக்கு ஆத்தாவ தூக்கிகிட்டுப் போறது. பேச்சு மூச்சு இல்லாம கெடக்குன்னாங்களே வெறும் மயக்கமா இருக்குமா? பல்லுகட்டிப்போயி இருக்குமா? இந்நேரம் தண்ணிய தெளிச்சி மயக்கத்த தெளிய வச்சிருப்பாங்களா? கடவுளே, தூண்டிக்காரய்யா 'நான் போயி பாக்கக்குள்ள ஆத்தா மயக்கம் தெளிஞ்சி எழும்பி ஒக்காந்துருக்கணும்' வேண்டிக்கொண்டே ஓடினாள்.

தூரத்திலிருந்து பார்க்கும்போதே தெரிந்தது. தென்னைமரங்களின் இடைவெளியில் ஆத்தாவின் தோப்பிற்குள் சனங்கள் கூட்டமாய் நின்றுகொண்டிருந்தார்கள். பலரும் பேசும் குரல்களின் ஒலி கலவையாய்க் கேட்டது. அதிலிருந்து தனித்த ஒருவனின் பேச்சை பிரித்துக் கேட்க முடியவில்லை. மனசு பதறியது. 'படக்படக்' என்று அடித்துக்கொண்டது. ஓட்டமும் நடையுமாய் வந்துசேர்ந்தாள். கூட்டம் முழுவதும் சுந்தரியை எதிர்பார்த்துக் காத்திருந்ததுபோல ஆளுக்கொரு பக்கமாய் கேள்விமேல் கேள்வி கேட்டு அவளைத் துளைத்தனர்.

முடைந்த மட்டைகளை ஒன்றன்மீது ஒன்றாக விரித்துப்போட்டு அதன் மீது கிடத்தப்பட்டிருந்தாள் கிழவி. கை கால்களும் உடலும் நடுங்க ஓடிப்போய் பக்கத்தில் உட்கார்ந்துகொண்டு "ஆத்தா ஆத்தா" என்று அசைத்துப் பார்த்தாள்.

"மூச்சி அடங்கி வெகுநேரமாயிட்டுது, இப்ப எதுக்குப் போட்டு வீணாவுல உலுக்குற? கெழவியோட மவளுக்கு போனப்போட்டு சேதிய சொல்லு. வேலக்கிப் போற பொண்ணு காலாகாலத்துல வந்து சேரட்டும்". என்றாள் கூட்டத்தில் நின்ற பெண்ணொருத்தி.

உலுக்காமல் உடலை தடவிப் பார்த்தாள். உடம்பு இன்னும் சூடுகுறையாமல் இருந்தது. தூங்குவதுபோலக் கிடந்தாள் கிழவி. நான்கைந்து நாட்களுக்கு முன் அவள் சொன்ன வார்த்தைகள் மறுபடியும் காதுகளில் ஒலிப்பது போலிருந்தது.

"எட்டி சுந்தரி இவ்வளவு நாளும் யாருகிட்டயும் சொல்லாத ஒரு விஷயத்த இப்ப ஒன்னக்கிட்ட மட்டுந்தான் சொல்லுறன்" என்றாள்.

"என்ன ஆத்தா ஒவ் வாழ்க்க எல்லாத்தயும் தான் ஏற்கனவே சொல்லிட்டியே. இன்னமும் சொல்லாம எதமறச்சி வச்சிருக்குற?" சிரித்தபடியே கேட்டாள் சுந்தரி.

"காட்டுக்கா போயிட்டன் கத முடிஞ்சி போக. இன்னும் அரநாழி தான் வாழ்க்கன்னாலும் இப்ப உயிரோடதானே இருக்குறன்."

“சரி சரி விஷயத்த சொல்லாத்தா.”

“நீன்னா பாத்துக்கிட்டே இறேன். அந்தாளு என்னத்தேடி சாவுறத்துக்குள்ள வந்துருவாரு.”

கிழவியின் வார்த்தையைக் கேட்டு, ஒருவித திடுக்கிடலுடன் நிமிர்ந்து பார்த்தாள் சுந்தரி. எவ்விதமான உணர்வு ரேகைகளுமற்ற அமைதி கிழவியின் முகத்தில் படர்ந்திருந்தது.

“ஆமாம் சாவுறகாலத்துல வந்து என்ன செய்யப்போறாரு? ஒங்கண்ணுத்தண்ணிக்கு சேதாரமா இஞ்ச வந்து சேரணுமாக்கும்.”

“ஏம்மா இப்புடி சொல்லுற. இனிமே ஒண்ணுமேயில்லயா?”

“என்னதான் இருக்கு நீனே சொல்லன். அவருகூட சேந்து இனிமே என்னத்த நீ அனுபவிக்கப்போற?”

“சாவுன்னு ஒண்ணு மிச்சமிருக்குல்ல?”

“சாவுன்னா?”

“சேந்து சாவுறத்துல எவ்வளது சொகமிருக்கு தெரியுமா?”

“ஒனக்கு இப்புடியொரு ஆசவேற இருக்குதா? ஒன்னக்கிட்ட தோத்துடக் கூடாதுங்குறத்துக்காக அந்தக் கெழவரு காலம் முச்சூடும் வப்பாட்டி படுத்துற பாட்டயெல்லாம் தாங்கிக்கிட்டு கெடந்துட்டாரு. பெத்த பொண்ணுகூட பேசுனாலே அது எடுத்த சபதத்துக்கு எடஞ்சலாயிடுமோன்னு அக்கா மொகத்தக்கூட அன்னாந்து பாக்காமப்போவாராம். அப்படிப்பட்ட மனுசன் இத்துன வருசத்துக்குப் பெறவு ஒன்னத் தேடிக்கிட்டு வரப்போறாராக்கும். சும்மா எதுக்காத்தா வெறுங்கனவு காணுற?” என்றாள் கடிந்தபடியே.

“நான் ஆசப்பட்ட மாதிரி என்னோட வாழ்வத்தான் அவருக்கு கொடுக்கமுடியல. சாவயாவுது குடுத்துருவன் நீ வேணுமின்னா பாத்துக்கிட்டே இரு.”

“ஆத்தா... நீ சொன்ன சொல்ல மறந்துட்டு இப்புடி அநியாயமா செத்துப் போயிட்டியே ஆத்தா” சுந்தரி தலையில் அடித்துக்கொண்டு பெருங்குரலெடுத்து அழுதாள்.

சுற்றியிருந்தவர்கள் அவளை சமாதானப்படுத்தினர்.

“கெழவியோட மகளுக்கு போனப்போட்டு பேசுஆயி” என்ற சிலர் கெஞ்சிக்கொண்டனர்.

“வுடுங்க அழுவட்டும். பத்து வருசமா கெழவியோட இருந்த பொண்ணு. துக்கம் கரைய அழுவட்டும்” என்றனர் சிலர்.

வீட்டிற்குள் செல்போன் அடிக்கும் சத்தம் கேட்டு ஓடிப்போய் எடுத்து வந்தார்கள். சுந்தரியிடம் கொடுத்துப் பேசச் சொன்னார்கள்.

கிழவியின் மகள் ரேவதிதான் பேசினாள். அவளைத்தவிர இந்த செல்லுக்கு வேறு எவரும் பேசமாட்டார்கள். காதோரம் வைத்து “அக்கா” என்றாள்.

மறுமுனையில் பதட்டத்தோடு பூங்கொடி பேசினாள் “சுந்தரி அம்மாக்கிட்ட நீதான் பக்குவமாச் சொல்லணும். அப்பாவுக்கு ரெண்டு நாளுக்கு முன்னாடி ரொம்ப முடியாமப் போயிட்டுதாம். நேத்தையிலேருந்து நெதானம் தவறிபோயி அம்மா பேரச் சொல்லி பிணாத்திருக்காரு. யாவ் வீட்டுல தூக்கியாந்து போட்டுட்டுப் போயிட்டாங்க. காலயிலேருந்து பாலு ஊத்திப் பாத்துட்டன் உள்ள எறங்கல. இப்பதான் அரமணி நேரத்துக்கு முன்னால அப்பா தவறிட்டாரு. சுந்தரி. அம்மாக்கிட்ட விஷயத்த சொல்லி நீதான் எப்புடியாவுது கூட்டியாறணும்”. தழுதழுத்த குரலில் சொல்லி வைத்தாள். சுந்தரி கிழவியின் முகத்தை கைகளில் ஏந்தி உற்றுப் பார்த்தாள்.

“ஒரு தவம் மாதிரி வாழ்க்கைய வாழ்ந்து முடிச்சிட்டியே. ஆத்தா..நீ செயிச்சிட்ட” என்றாள் வாய்விட்டு. கிழயின் உதடுகள் நெளிந்து புன்னகைப்பதுபோலத் தோன்றியது சுந்தரிக்கு.